கடலும் கிழவனும்

கடலும் கிழவனும்

எர்னெஸ்ட் ஹெமிங்வே

தமிழில் :
ச.து.சு. யோகியார்

நற்றிணை பதிப்பகம்

கடலும் கிழவனும் * எர்னெஸ்ட் ஹெமிங்வே * தமிழில் : ச.து.சு. யோகியார் * முதல் பதிப்பு: நவம்பர் 2022 * இரண்டாம் பதிப்பு: நவம்பர் 2023 * மூன்றாம் பதிப்பு: நவம்பர் 2024 * வெளியீடு: நற்றிணை பதிப்பகம் (பி) லிமிடெட் * எண். 136, தரைத்தளம், சோழன் தெரு, ஆழ்வார்திருநகர், சென்னை–600 087.

* மின்னஞ்சல் : natrinaipathippagam@gmail.com
* கைப்பேசி : 94861 77208
* தொலைபேசி : 044 – 4273 2141
* அச்சாக்கம் : துர்கா பிரிண்டர்ஸ், சென்னை–600 005

தன் சின்னஞ்சிறிய படகில் தன்னந்தனியாக அவ்வளைகுடாவில் மீன் பிடிக்கும் அவன் கிழவன்; சென்ற எண்பத்து நான்கு நாட்களாக அவனுக்கு ஒரு மீன்கூடக் கிடைக்கவில்லை. முதல் நாற்பது நாட்கள் வரை அவனுடன் ஒரு பையனும் இருந்தான். அதன்பின், அச்சிறுவனின் பெற்றோர்கள், கிழவனின் நல்ல காலம் அடியோடு தீர்ந்துவிட்ட தென்று கூறி, அவனை வேறொரு படகுக்கு அனுப்பிவிட்டனர். அப்படகும், அவன் சேர்ந்த முதல் வாரத்திலேயே மூன்று நல்ல மீன்களைப் பிடித்து வந்தது. தினந்தினமும் காலிப் படகோடு கிழவன் திரும்பி வருவதைக் கண்டு பையன் துயரப்பட்டான்; ஒவ்வொரு நாளும் பையன் கிழவனுக்கு உதவியாய் அவனது மீன் வலைச் சுருணையையும், மீன் குத்தி ஈட்டியையும், கயிற்றுப் புரிகளையும், பாய்மரப் படுதாவையும் சுமந்து செல்வான். அப்பாய்த் துணி பல இடங்களில் கிழிந்து, மரக்கோணிச் சாக்குகளால் ஒட்டுத் தையல்கள் போடப்பட்டுப் பரிதாபமாய் விளங்கியது; பாய்மரத்தின் மீது அது விரிந்தாடும்போது, அழிவற்ற தோல்வியின் அறிகுறியாக ஆடும் கொடித் துணிபோலத் தோன்றியது.

ஒட்டி உலர்ந்து நெட்டையான அக்கிழவனது பின்கழுத்து, ஆழ்ந்த மடிப்புகளுடன் அலங்கோலமாய் இருந்தது. கடல் நீரில் பட்டுத் தெறித்த கடு வெயிலின் சாயை அவன் கன்னங்களில் பாளம் பாளமாய் பழுப்பேற்றியது. இப்பழுப்புத் தழும்புகள் முகத்தின் இரு பக்கங்களிலும் மூடி முறுக்குண்டு இழுத்திழுத்துக் கன்னிப்போன அவன் கைகளில் கூர்மையான வடுக்கள் குடைந்திருந்தன. இவ்வடுக் களில் ஒன்றாவது புதியதல்ல; மிகமிகப் பழையவை. மீனற்ற வெறும் பாலைவனத்தின் பழைமையான மணல் அறுப்புகளின் பாழான கீற்றுக் குழிகள் போன்றவை.

அக்கண்களைத் தவிர, அவனைப் பற்றிய எல்லாமே பழையவை தாம்; அவற்றில் மட்டும் – அக்கடலைப் போலவே நீல நிறமான அக்கண்களில் மட்டும் – எதற்கும் தளராத இன்பமொன்று குலாவியது.

படகைக் கரையில் வலித்துவிட்டுக் கரை மேட்டில் ஏறும் போது, பையன் கிழவனிடம் சொன்னான்: “சாண்டியாகோ! நான் மறுபடியும் உம்முடன் வரலாம்; கொஞ்சம் பணம் சேர்ந்திருக்கிறது.”

பையனுக்குக் கிழவனிடம் அலாதியானதொரு பிரியம்; அவனுக்கு மீன் பிடிக்கக் கற்றுக் கொடுத்ததே அக்கிழவன்தானே!

“வேண்டாம்; நீ இப்போதுள்ள அதிர்ஷ்டப் படகிலேயே இரு” என்றான் கிழவன்.

“ஒரு சமயம், எண்பத்தேழு நாட்கள் வரையில் ஒரு மீன்கூடக் கிடைக்கவில்லை. ஆனால், அடுத்த மூன்று வாரங்கள் ஒவ்வொரு நாளும் புதிய புதிய பெரிய மீன்கள் கிடைத்தனவே, அது உமக்கு நினைவில்லையா?”

“நன்றாக நினைவிருக்கிறது; என் அதிர்ஷ்டத்தைப் பற்றிய சந்தேகத்தால், நீ என்னை விட்டு நீங்கவில்லை என்பது எனக்குத் தெரியாதா?” என்று பதிலளித்தான் கிழவன்.

“அப்பாவால்தான் நான் விலகினேன்; என்ன இருந்தாலும் நான் ஒரு சிறு பையன்தானே? அவர் சொற்படி நடக்க வேண்டியவன் தானே?”

“ஆம்” என்றான் கிழவன். “நீ செய்தது சரியே.”

“அப்பாவுக்கு அதிகமாக நம்பிக்கையில்லை.”

“இல்லை” என்றான் கிழவன். “எனினும், நமக்கிருக்கிறதல்லவா?”

“ஆம்” என்று ஆமோதித்துப் பின்னும், “அந்த மாடி ஹோட்டலுக்குச் சென்று கொஞ்சம் பீர் அருந்தலாமா? பின்னர் இச்சாமான்களை வீட்டுக்குக் கொண்டு போவோம்” என்றான் பையன்.

“ஆஹா! மீன் வலையர்களுக்குள் உபசாரம் எதற்கு? அப்படியே செய்வோம்” என்று கிழவனும் ஆமோதித்தான்.

ஹோட்டல் மாடியில் இருவரும் அமர்ந்தனர். பல செம்படவர்கள் கிழவனைக் கேலி செய்தனர்; அதனால் அவனுக்குக் கோபமோ, தாபமோ எதுவும் ஏற்படவில்லை. மற்றவர்கள் – அதிலும் முதியவரான சில செம்படவர்கள் கிழவனைக் கண்டு பரிதாபப் பட்டனர். எனினும், அப்பரிதாபத்தை அவர்கள் வெளிப்படையாகக் காட்டிக் கொள்ளவில்லை. நீரோட்ட நிலைகளையும், வலை வரியின் ஆழத்தையும், பருவக் காற்றின் தன்மையையும், தாங்கள் கடலில் கண்ட வியப்புகளையும் பற்றி மெதுவான குரலில் பேசிக் கொண்டிருந்தனர். அன்று, வெற்றியுடன் பல மீன்களைப் பிடித்து வந்த செம்படவர்கள், அவற்றை அறுத்து இரு பலகைகளின் மேல்

போட்டு, சுமந்து செல்பவர்கள் கனத்தால் தள்ளாட, மீனறையில் சேர்த்துவிட்டு, அவற்றை, ஹவானா நகர மீன் சந்தைக்குக் கொண்டு செல்லப் பனி வண்டியின் வரவுக்காக ஹோட்டலில் காத்திருந்தனர்; சுறாமீன்களை வேட்டையாடி வந்த மீனவர்கள் வளைகுடாவின் எதிர்க் கோணத்திலிருந்த சுறாமீன் தொழிற்சாலைக்கு எடுத்துச் சென்றனர்; அங்கு, அவற்றைத் தூக்கிக் கொக்கிகளில் மாட்டி, குடலை நீக்கி, முட்களை வெட்டி, தோலை உரித்து, இறைச்சியை உப்புக் கண்டம் போடத் துண்டு துண்டாய் அறுத்து வைப்பார்கள்.

கீழ்க்காற்று அடிக்கும் போது துறைமுகத்தையும் தாண்டித் தொழிற்சாலையிலிருந்து ஒரு வாசனை வீசும்; இன்று காற்று வடபால் சென்று மங்கி மறைவதால் அந்நாற்றம் அவ்வளவாயில்லை. மாலை வெயிலில் ஹோட்டல் மாடி மகிழ்ச்சியோடு விளங்கியது.

“சாண்டியாகோ!” என்றான் பையன்.

“ஏன்?” என்றான் கிழவன். மதுக் கிண்ணி அவன் கையிலிருந்தது. மனம் பழைய சம்பவங்களைப் பற்றிய நினைவில் ஆழ்ந்திருந்தது.

“நாளைக்கு நான் சென்று மத்தி மீன்களைக் கொண்டு வரட்டுமா?”

“வேண்டாம். நீ போய் பேஸ்பால் விளையாடு. என்னால் துடுப்புகளை வலிக்க முடியும்; ரோகலன் வலை வீசுவான்.”

“நானும் வரத்தான் விரும்புகிறேன்; உன்னுடன் வர முடியா விட்டாலும், எந்த விதத்திலாவது உனக்கு உதவி செய்யவே ஆசைப் படுகிறேன்.”

“ஏன்? மது வாங்கித் தந்தாயே! அதுவே போதும். இப்போது நீ சிறுவனல்ல, பெரிய மனிதன்” என்றான் கிழவன்.

“முதல் முதலாக என்னை உன் படகிலேற்றிச் சென்றாயே, அப்போது எனக்கு என்ன வயது?”

“அஞ்சு! அன்று பிடித்த படகையே கவிழ்த்து விடும் போல் துள்ளிய உயிரோடுள்ள பச்சை மீனால் உன் உயிரே போய்விடும் போல் ஆகிவிட்டதே! அது உனக்கு நினைவிருக்கிறதா?”

“நன்றாக நினைவிருக்கிறது. அதன் வால் அடித்துத் தாக்கி அலைக்கழித்ததும், ஆசனப் பலகைகள் முறிந்ததும், மீன் தடியால் நீ அதை மொத்தி முடக்கிய சப்தமும் என் மனத்தை விட்டு அகலவேயில்லை. அப்போது நீ என்னைத் தூக்கி, ஈரமான கயிற்றுச் சுருணைமேல் எறிந்ததும், படகு நடுநடுங்கித் தள்ளாடியதும், மரத்தை வெட்டிச்சாய்ப்பதுபோல் அம்மீனைக் குத்திக்குலைத்ததும்,

அம்மீனின் ரத்தக் கவிச்சியின் புது மணமும் – எல்லாம் நினைவிருக்கிறது.”

“உண்மையிலேயே நினைவிருக்கிறதா? அல்லது, நான் சொன்ன பிறகுதான் ஞாபகம் வந்ததா?”

“அன்று நாம் படகேறியது முதல் நடந்த எதையும் நான் சிறிதுகூட மறக்கவில்லை.”

கிழவன் பையனைப் பார்த்தான் – பளிச்சிட்ட, நம்பிக்கை குறையாத, அன்பு நிறைந்த கண்களோடு உற்றுப் பார்த்தான்.

“நீ மட்டும் என் பையனாயிருந்தால் உன்னையும் அழைத்துக் கொண்டு, நான் அதிர்ஷ்டத்தை ஒரு கை பார்ப்பேன். ஆனால், நீ உன் அப்பா பிள்ளை; அம்மா பிள்ளை. அத்துடன் அதிர்ஷ்டமிக்க படகிலிருக்கிறாய்” என்று கிழவன் கூறினான்.

“நான் மத்தி மீன்களைக் கொண்டு வரலாமா? தவிர, நாலைந்து தூண்டில் புழுக்கள் கிடைக்குமிடமும் எனக்குத் தெரியும்.”

“இன்று உபயோகித்தவை போக, பாக்கி இருக்கின்றன; உப்புப் போட்டு பெட்டியில் வைத்திருக்கிறேன்.”

“புதிதாக நானும் நாலு புழுக்கள் தருகிறேனே!”

“ஒன்று போதும்” என்றான் கிழவன். எதிர்காலத்தைப் பற்றிய நம்பிக்கை அவனை விட்டு என்றும் நீங்கியதில்லை; அந்த நம்பகம், புதுமையான காற்றின் வீச்சிலே இன்று புதியதோர் உரம் பெற்றது.

“இரண் [illegible]?” என்றான் சிறுவன்.

“சரி, இரண்டு!” என்று கிழவன் ஒப்புக்கொண்டான்; “அவற்றை நீ திருடவில்லையே?”

“திருடுவேன். ஆனால், இவற்றை நானே விலைக்கு வாங்கினேன்” என்றான் பையன்.

“சந்தோஷம், நன்றி” என்றான் முதியவன். இந்தத் தாழ்மை உணர்ச்சி தனக்கு எப்போது ஏற்பட்டதென்று கிழவன் ஆராய்ச்சி செய்யவில்லை. எனினும், அதனால் தன்னுடைய தன்மதிப்புக்கு எத்தகைய தாழ்வும் ஏற்படவில்லை என்பதை அவன் நன்றாக உணர்ந்தான்.

“நீரோட்டம் இப்படியே இருந்தால் நாளை நல்ல நாளாகவே இருக்கும்” என்றான் அவன்.

“நாளை நீ எங்கே போகிறாய்?” என்று பையன் கேட்டான்.

"காற்று மாறுமுன் கடலில் வெகுதூரம் சென்று திரும்ப வேண்டும்; விடியும் முன்பே கிளம்பிவிட வேண்டும்."

"என் படகுக்காரனையும் அவ்வளவு தூரத்திற்கு வரும்படி முயற்சிக்கிறேன். நீ ஏதாவது பெரிய மீனாகப் பிடித்தால், நாங்கள் உன் உதவிக்கு வரலாமல்லவா?"

"அவனுக்கு அவ்வளவு தூரம் வரப் பிடிக்காதே!"

"பிடிக்காதுதான்; ஆனால், அவனால் பார்க்க முடியாத ஒன்றை – கடற்பறவையையோ, கடற்பன்றி (டால்பின்) யையோ – காண்ப தாகச் சொன்னால், நான் காட்டும் இடத்திற்குத் தானே வருகிறான்" என்றான் பையன்.

"அவன் கண்கள் அவ்வளவு மோசமா?"

"அநேகமாய்க் குருடென்றே சொல்ல வேண்டும்."

"அதிசயமாயிருக்கிறதே! அவன் ஆமை வேட்டைக்குக்கூடப் போனதில்லையே. அது கண்களைக் கெடுத்துவிடும்" என்று கிழவன் வியப்புற்றான்.

"நீயுந்தான் பல வருஷங்கள் கொசுகுத் துறையில் ஆமை பிடித்திருக்கிறாய்! இருந்தும், உன் கண்கள் மங்கவில்லையே?"

"நான் விசித்திரமான கிழவன்."

"ஆனால், உண்மையாகவே பெரிய மீன்களைப் பிடிக்க இப்போது உனக்கு சக்தி இருக்கிறதா?"

"அப்படித்தான் நினைக்கிறேன்; தவிர, மீன் பிடிப்பதில் எத்தனையோ தந்திரங்கள் உண்டு."

"இதையெல்லாம் வீட்டுக்குக் கொண்டுபோவோம்; அப்பால் எறிவலையை எடுத்துக்கொண்டு மத்தி மீன்களைப் பிடிக்கப் போகலாம்" என்றான் பையன்.

இருவரும் படகிலிருந்து சாமான்களை எடுத்துக் கொண்டனர். பாய்மரத்தைக் கிழவன் தன் தோளில் சுமந்து சென்றான்; முறுக்கேறிய பழுப்பு நிற வலை வரிச் சுருணையையும், குத்தீட்டியையும் பையன் தூக்கிச் சென்றான். தூண்டில் புழுப்பெட்டியும், பிடித்த பெரிய மீன்களை அடித்துக் கொல்ல உதவும் தடியும் படகின் கீழ்த்தளத்தில் பதுக்கப்பட்டிருந்தன. கிழவனது சாமான்களை எவரும் களவாட மாட்டார்கள். எனினும், பாய்த் துணியும், வலைச் சுருளும் பனியால் கெட்டுவிடுமாகையால், அவற்றை விட்டுச் செல்வது சரியல்ல. அக்கம் பக்கத்தில் எவரும் திருட மாட்டார்கள் என்றாலும்,

முள்ளீட்டியையும் குத்தீட்டியையும் பிறரின் ஆசையைத் தூண்டும் வண்ணம் அநாவசியமாகப் படகில் போட்டு வைப்பானேன் என்று கிழவன் நினைத்தான்.

இருவரும் கிழவனது குடிலை அடைந்து, அதன் திறந்துள்ள வாயில் வழியாக உள்ளே சென்றனர். கிழவன் படுதா சுற்றிய பாய்மரத்தை ஒருபுறம் சாய்த்தான்; பையன் தூண்டில்புழுப் பெட்டியையும், மற்றச் சாமான்களையும் அதன் பக்கத்தில் வைத்தான். அந்தப் பாய்மரம் அவ்வீட்டின் ஒரே ஒரு அறையின் நீளத்திற்குச் சரியாயிருந்தது. அக்குடிசை வலிவான கூந்தற் பனைமடல்களால் கட்டப்பட்டது. அதில் ஒரே ஒரு படுக்கையும், மேஜையும், நாற்காலியும், தூசி படிந்த தரையின் ஓர் ஓரத்தில் சமையலுக்காக ஒரு கரி அடுப்பும் மட்டுமே இருந்தன. பழுப்பேறிய பனைமடற் சுவரில் வண்ணம் தீட்டிய யேசுவின் புனித இதயப் படமும், கன்னி மேரியின் படம் ஒன்றும் தொங்கின. அத்துடன், முன்பெல்லாம் அவன் மனைவியின் வர்ணம் பூசிய புகைப்படமும் மாட்டியிருந்தது; ஆனால், அதைப் பார்க்கப் பார்க்க, அவனது தனிமையுணர்ச்சி அதிகரித்தது; அதனால் அதை எடுத்து, மூலையிலிருந்த தன் சுத்தமான 'ஷர்ட்டு'க்கடியில் துணிமணி அடுக்கில் வைத்து விட்டான்.

"சாப்பிட என்ன இருக்கிறது?" என்றான் பையன்.

"புழுங்கலரிசிச் சோறும், மீனும் இருக்கின்றன. உனக்கும் கொஞ்சம் கொடுக்கட்டுமா?"

"வேண்டாம், நான் வீட்டில சாப்பிடுவேன். அடுப்பு மூட்டட்டுமா?"

"இல்லை, நான் பின்னர் மூட்டிக் கொள்ளுகிறேன்; அல்லது ஆறின சோற்றையே சாப்பிடுவேன்."

"சரி, வீச்சு வலையை எடுத்துக் கொள்ளட்டுமா?"

"தடையில்லாமல்!"

வீச்சு வலை இல்லை என்பது பையனுக்குத் தெரியும்; அதை விற்றதை அவன் மறக்கவில்லை. எனினும், இவ்வேடிக்கையான கதை தினந்தினமும் நடக்கும் ஒரு வழக்கமான சம்பவம்! புழுங்கலரிசிச் சோறும் மீனும்கூட, இல்லாத வெறும்கதையே என்பதும் பையனுக்குத் தெரிந்த சேதியே.

"எண்பத்தைந்து ஓர் அதிர்ஷ்டமான எண். நாளை நான், அறுத்துப் போட்டால் ஆயிரம் பவுண்டு எடையுள்ள ஒரு மீனைப்

பிடித்து வந்தால் நீ என்ன சொல்வாய்?" என்றான் கிழவன், குதூகலத்தோடு.

"சரி, நான் வீச்சு வலையுடன் மத்தி மீன்களைப் பிடித்து வரப் போகிறேன். வாயிற்புறம் மாலை வெயிலில் எனக்காக நீ காத்திருக் கிறாயா?"

"ஓ! நேற்றைய பத்திரிகை என்னிடம் இருக்கிறது; அதில் 'பேஸ்' பால் விளையாட்டைப் பற்றிய செய்திகளைப் படிப்பேன்."

நேற்றைய பத்திரிகையும் பொய்தானோ, என்னமோ? பையனுக்குச் சந்தேகந்தான்! அதற்குள், படுக்கைக்கடியிலிருந்த அந்தப் பத்திரிகை யைக் கிழவன் எடுத்து விட்டான்.

"போடகோ சந்தையில் பெரிகோ இதைக் கொடுத்தான்" என்று பையனுக்கு விளக்கினான் கிழவன்.

"மத்தி மீன்களோடு நான் திரும்பி வருகிறேன். நம்மிருவருக்குமாக அவற்றைப் பனிக்கட்டியில் பதனப்படுத்தி வைப்பேன் – நாளைக் காலையில் பங்கு போட்டுக் கொள்வோம். நான் திரும்பி வந்ததும் பேஸ்பால் விளையாட்டைப் பற்றி நீ எனக்குச் சொல்லலாம்."

"நம்மவர்கள் (யாங்கி – அமெரிக்கர்கள்) தோற்கமாட்டார்கள். 'க்ளெவ்லாந்து' செவப்பு இந்தியர்களைப்பற்றி எனக்கென்னமோ பயமாய்த்தானிருக்கிறது."

"மகனே நம்மவர்களை நம்பு; மகா கெட்டிக்காரனான டிமேக்கி யோவை மறந்து விட்டாயா?"

"என்னமோ, டெட்ராயிட் புலிகளையும், க்ளெவ்லாந்து இந்தியர் களையும் நினைத்தால் பயந்தான் தோன்றுகிறது."

"ஜாக்ரதை! இப்படியே போனால் நீ சின்சினாட்டிச் சிவப்பர் களையும், சிகாகோ வெளுப்பர்களையும்கூடப் பார்த்ததுமே பயப்பட ஆரம்பித்துவிடுவாய்!"

"சரி, சரி; நான் திரும்பி வந்ததும் நீ படித்ததைச் சொல்லு."

"எண்பத்தைந்தாவது எண்ணில் ஒரு லாட்டரிச்சீட்டு வாங்க லாமா? நாளைக்கு எண்பத்தைந்தாம் நாள்."

"வாங்கலாம்" என்றான் பையன். "ஆனால், உன் முந்திய, பெரிய அதிர்ஷ்டகரமான எண்பத்தி ஏழாம் நாள்...?"

"இரண்டு முறை ஒரே மாதிரி வருமா? எண்பத்தைந்து எண் சீட்டு உனக்குக் கிடைக்குமென்று நினைக்கிறாயா?"

"வேண்டுமென்றால் கிடைக்கும்."

“ஒரே ஒரு சீட்டு. அதற்கு இரண்டரை ‘டாலர்’கள் வேண்டுமே? யாரிடம் கேட்பது?”

“சுலபமாக என்னால் இரண்டரை ‘டாலர்’கள் கடன் வாங்க முடியும்!”

“என்னால்கூட முடியுமென்றுதான் நினைக்கிறேன்; ஆனால், கடன் வாங்க இஷ்டமில்லை. ஏனெனில், முன்னர் கடன் கேட்பவன் பின்னர் பிச்சை கேட்பவனாகி விடுகிறான்.”

“தாத்தா! குளிரில் வராதே; இது செப்டம்பர் மாதம் என்பது நினைவிருக்கட்டும்” என்று பையன் எச்சரித்தான்.

“பெரிய மீன்களுக்கு உரிய மாதம் இதுவே; மே மாதத்தில் எவன் வேண்டுமென்றாலும் செம்படவனாகலாம்” என்றான் தாத்தன்.

“சரி, நான் மத்தி மீன்கள் பிடிக்கப் போகிறேன்” என்று பையன் புறப்பட்டுவிட்டான்.

பையன் திரும்பி வந்தபோது, தன் நாற்காலியில் சாய்ந்தவாறே கிழவன் நல்ல தூக்கத்தில் ஆழ்ந்திருந்தான். சூரியன் மறைய ஆரம்பித்துவிட்டது. பழைய போர்க் கம்பளியைப் படுக்கையிலிருந்து எடுத்துக் கிழவன் மேல் போர்த்தினான் பையன். அப்போர்வை நாற்காலியின் பின்புறத்தையும் கிழவனது தோள்களையும் சூழ்ந்து மூடின. அத்தோள்கள், மிக மிக முதியவையானாலும், வலிமை குறையாத அதிசய சக்தி வாய்ந்தவை. தூங்கும் நிலையில், அவன் கழுத்து மடிப்புகள் அவ்வளவு கோரமாகத் தோன்றவில்லை— ஏனெனில், அவன் முகம் மார்பின்மேல் படிந்திருந்தது. பாய்த் துணியைப் போலவே, அவனது மேல் சட்டையும் தைக்கப்பட்ட பல கிழிசல்களோடு பரிதாபமாயிருந்தது; வெயிலில் அதன் நிறம் மங்கி, மக்கிப் போய்ப் பல ரகமான பழுமைச் சாயல்களுடன் விளங்கியது. அவனது முகம் கிழடு தட்டிய பழைய முகம் – கண்களும் மூடிக்கொள்ளவே, அம் முகத்தில் உயிர் இருப்பதாகத் தோன்றவில்லை! பத்திரிகை அவன் மடியில் கிடந்தது. அது மாலைக் காற்றில் பறந்து விடாதபடி, அவன் கைகளின் பாரம் அதை அழுத்திக் கொண்டிருந்தது. அவன் பாதங்கள் செருப்பில்லா வெறும் பாதங்கள்.

பையன் அப்படியே அவனை விட்டுவிட்டுச் சென்றான்; திரும்பி வந்தபோதும், கிழவன் தூங்கிக் கொண்டுதானிருந்தான். “எழுந்திரு தாத்தா” என்று, பையன் கிழவன் முழங்காலைத் தட்டினான்.

கிழவன் கண் விழித்தான்; எங்கோ நெடுந் தொலைவிலிருந்து அப்போதுதான் வருபவன் போல் ஒரு கணம் வெறித்துப் பார்த்தான்; அப்பால் ஒரு புன்முறுவல் பூத்தான்.

“கையில் என்ன?” என்று கிழவன் கேட்டான்.

“ராச் சாப்பாடு, நாம் இருவரும் சாப்பிடப் போகிறோம்” என்று சிறுவன் பதிலளித்தான்.

“அப்படி ஒன்றும் எனக்கு அதிகமாகப் பசியில்லை.”

“சரி, சரி; சாப்பிட வா! பட்டினியாய் மீன் பிடிக்க முடியாது.”

“நான் பிடித்திருக்கிறேனே” என்றவாறே, கிழவன் பத்திரிகையை மடிக்கலானான். பின்னர், தன் சால்வையையும் மடிக்கப் போகும் போது, பையன் சொன்னான்:

“போர்வையை எடுக்காதே! நான் உயிருடன் இருக்கும் வரையில் உன்னைப் பட்டினியோடு மீன் பிடிக்க விடமாட்டேன்.”

“அப்படியானால் நெடு நாள் வாழ்ந்து, உன்னையும் என்னையும் காப்பாற்றிக் கொள்; சரி, சாப்பாடு என்ன?” என்றான் கிழவன்.

“கரு மொச்சை, சோறு, வாழைப்பழ வறுவல், காய்கறி அவியல் – எல்லாம் இருக்கின்றன.”

மாடி ஹோட்டலிலிருந்து இரண்டடுக்கு ‘டிபன் ஸெட்டில்’ பையன் இவற்றை வாங்கி வந்தான். இருவர் சாப்பிட வேண்டிய துணைக் கருவிகளான ‘ஸ்பூன்’கள், முட் கரண்டிகள், சாப்பாட்டுக் கத்திகள் யாவும் காகிதக் கைக்குட்டைகளில் சுற்றப்பட்டு அவனது சட்டைப் பைகளிலிருந்தன.

“இதையெல்லாம் யார் கொடுத்தது?”

“மாடி ஹோட்டல் சொந்தக்காரன் மார்தன்தான்.”

“அவனுக்கு நான் நன்றி செலுத்த வேண்டும்.”

“நான் செலுத்தியாயிற்று; நீ ஒன்றும் செலுத்த வேண்டிய அவசியமில்லை” என்றான் பையன்.

“ஒரு பெரிய மீனின் குடலிறைச்சியை அவனுக்குக் கொடுக்க வேண்டும்” என்ற கிழவன் மேலும், “ஒரு முறையல்ல, பல முறைகள் அவன் நமக்கு உணவளித்திருக்கிறான்” என முடித்தான்.

“ஆம், உண்மைதான்.”

“எனவே குடலிறைச்சி போதாது; இன்னும் பெரிதாக எதை யாவது தரவேண்டும். நம்மைப் பற்றி அவன் கொள்ளும் அக்கறை யைப் பாராட்ட வேண்டும்.”

"இரண்டு பேருக்கு மதுவும் அனுப்பியிருக்கிறான்."

"தகரக் குவளையில் வரும் மதுதான் எனக்குப் பிடிக்கும்."

"எனக்கும் தெரியும். இவை புட்டி மது; புட்டிகளை மறுபடியும் திருப்பித் தரவேண்டும்."

"நீ ரொம்ப இளகிய மனதுடையவன். சரி, சாப்பிடலாமா?"

"இத்தனை நேரமும் அதைத்தானே சொல்லிக் கொண்டிருக் கிறேன்?" பையன் குரலில் மென்மை இருந்தது. "நீ தயாராகும் வரையில் தட்டைத் திறக்க நான் விரும்பவில்லை."

"இப்போது நான் தயார். கை கால் அலம்பவே காத்துக் கொண்டிருந்தேன்" என்றான் கிழவன்.

எங்கே கைகால் கழுவினான் என்று பையன் எண்ண மிட்டான். இரண்டு தெருக்களுக்கு அப்பால் போனால்தான் கிராமப் பொதுக் கிணற்றில் தண்ணீர் கிடைக்கும். கிழவனுக்காக ஒரு தண்ணீர் பானையும், சோப்பும், துவாலையும் வாங்கி வர வேண்டும். இது ஏன் எனக்கு முன்பே ஞாபகம் வரவில்லை? இன்னும் ஒரு மேல் சட்டையும், கம்பளிச் சொக்காயும், காலணியும், புதுப் போர்வையும் வாங்கித் தரவேண்டும் என்றெல்லாம் பையன் யோசனையில் ஆழ்ந்தான்.

"இந்த அவியல் ரொம்ப நன்றாயிருக்கிறது!" என்று கிழவன் பாராட்டினான்.

"சரி, பேஸ்பால் விளையாட்டைப் பற்றிச் சொல்லு" என்று பையன் கேட்டான்.

"அமெரிக்கச் சங்கத்தைப் பொறுத்தவரையில் யாங்கிகளுக்குத் தான் முதலிடம்" என்று கிழவன் தனக்குள் மகிழ்ந்தான்.

"இன்று அவர்கள் தோற்றுவிட்டார்களே!" என்றான் பையன்.

"அதனாலென்ன? மஹா ஆட்டக்காரனான டிமேக்கியோ இருக்கும் வரையில் கவலையில்லை."

"மற்றவர்களும் இருக்கிறார்களே?"

"இருப்பது சகஜந்தானே! இருந்தாலும் அவன் ஒருவன் போதுமே – தோல்வியிலிருந்து வெற்றி கொண்டுவர. அந்த இன்னொரு கட்சியில், புரூக்லினுக்கும், பிலடெல்பியாவுக்கும் நடக்கும் போட்டியில் புரூக்லினிடந்தான் எனக்கு நம்பிக்கை. அதிலும், பழைய சிங்காரத் தோட்ட ஆட்டங்களில் டிக்ஸிஸ்லர் தொலை பந்தெறிவதில் காட்டிய சாமர்த்தியம் என் கண்ணெதிரிலேயே நிற்கிறது."

"உண்மை. அந்த ஆட்டம் போல் இல்லவே இல்லை; அவன் பந்தடிக்கும் அவ்வளவு தூரத்துக்கு வேறு யாரும் பந்தடித்ததை நான் பார்த்ததே இல்லை."

"அந்தக் காலத்தில் அவன் மாடி ஹோட்டலுக்கு வருவானே; உனக்கு நினைவிருக்கிறதா? அவனை மீன் பிடிக்க என்னுடன் அழைத்துச் செல்ல விரும்பினேன்; ஆனால், அவனைக் கேட்கத் தைரியமில்லை. எனக்காக நீ கேள் என்று சொன்னேன். உனக்கும் தைரியமில்லை."

"ஆமாம். அது பெரிய தவறுதான்; அவன் நம்முடன் வந்திருக்க லாம். அப்படி வந்திருந்தால் நம் வாழ்நாள் முழுவதும் அது – அதிர்ஷ்டம் என்னும் அந்த அது – நம்முடையதாகவே இருக்கலாம்."

"ஆட்ட மேதையான டிமேக்கியோவைக்கூட நான் மீன் பிடிப்பவனாக்க விரும்பினேன்" என்ற கிழவன் மேலும் தொடர்ந்து, "அவன் தந்தைகூட ஒரு செம்படவன்தானாம்; நம்மைப் போலவே ஏழையாகவும் இருக்கலாம். எனவே, நம்மை அறிந்து நம்முடன் ஒத்துழைத்திருக்கலாம்."

"ஸிஸ்லரின் தந்தை ஏழையில்லையாம்; என் வயதிலேயே பல பெரிய பந்தாட்டப் பந்தயங்களில் அவன் பங்கெடுத்துக் கொண்டா னாம்" என்றான் பையன்.

"உன் வயதில் நான் ஆப்பிரிக்காவுக்குச் செல்லும் சதுரமான கப்பலின் பாய்மரத்தின் முன் நின்றேன்; மாலை நேரங்களில் கடற்கரையில் உலாவும் பெரிய சிங்கங்களை நான் பார்த்திருக்கிறேன்."

"தெரியும், நீ முன்பே சொல்லியிருக்கிறாய்."

"ஆப்பிரிக்காவைப் பற்றிப் பேசலாமா? அல்லது பேஸ்பாலைப் பற்றிப் பேசலாமா?"

"பந்தாட்டத்தைப்பற்றியே பேசுவோம்." பையன் குரலில் அக்கறை தொனித்தது. "பெரிய ஆட்டக்காரனான ஜான்ஜே மெக்ராவைப் பற்றிச் சொல்லு." 'ஜே' என்பதை 'ஜோடா' என்றான் பையன்.

"அந்தக் காலத்தில் அவனும் மாடி ஹோட்டலுக்கு வருவதுண்டு. ஆனால், அவன் கரடு முரடானவன். கடுங்குரலில் பேசுவான்; குடித்துவிட்டால் அவனைச் சமாளிப்பது கஷ்டம். பந்தாட்டத்தோடு அவன் மனம் குதிரைப் பந்தயங்களிலும் படிந்திருந்தது. அவன் சட்டைப் பையில் எப்போதும் குதிரைகளின் பட்டியல் ஒன்றிருக்கும்; டெலிபோனில் அடிக்கடி குதிரைகளைப் பற்றியே பேசுவான்."

நற்றிணை பதிப்பகம் • 15

"அவன் பெரிய நிர்வாகஸ்தனாமே! காரியக்காரர்களில் அவனே மிகமிகக் கெட்டிக்காரன் என்று என் அப்பா கருதுகிறார்" என்றான் சிறுவன்.

"ஏனெனில் அவன் இங்கு அடிக்கடி வருகிறான்" என்றான் கிழவன். "துரோசர் இங்கு அடிக்கடி வந்தால் உன் தந்தை அவனை யுங்கூட பெரிய காரியக்காரனாக நினைப்பார்."

"உண்மையில் நிர்வாகத்தில் சிறந்தவன் யார்? லூகேயா? மைக்கோரி ஸாலஸா?"

"இருவரும் ஒரே மாதிரிதான்."

"ஆனால், செம்படவர்களில் சிறந்தவன் நீதான்."

"இல்லை. என்னைக் காட்டிலும் சிறந்தவர்கள் எத்தனையோ பேரை எனக்குத் தெரியும்."

"இருக்கலாம்" என்று பையன் இழுத்தான். "நல்ல செம்படவர்கள் பலருண்டு; மீன் பிடிப்பதில் மகா மேதைகள் சிலருண்டு; ஆனால், உனக்கிணை நீயேதான்."

"வந்தனம், உன் வார்த்தைகள் எனக்கு இன்பமூட்டுகின்றன. உன் வார்த்தைகளைச் சமாளிக்க முடியாத பெரிய மீன் ஏதாவது வந்து பொய்யாக்காமலிருக்கட்டும்."

"நீ சொல்வது போல் உனக்குச் சக்தி இருந்தால் எந்த மீனையும் சமாளிக்க முடியும்."

"என் பலத்தைப்பற்றி நான் அதிகமாக நினைக்கலாம்" என்றான் கிழவன். "எனினும், மீன் பிடிப்பதில் பல தந்திரங்கள் எனக்குத் தெரியும்; கூட, நெஞ்சில் அசையாத உறுதி இருக்கிறது."

"நேரமாய்விட்டது; இப்போதே தூங்கப்போனால்தான் காலையில் புதிய சக்தியோடு எழுந்திருக்கலாம். இவற்றை நான் ஹோட்டலில் திருப்பிக் கொடுக்கவேண்டும்."

"குட்நைட், இரவு வந்தனம் நான் அதிகாலையில் உன்னை வந்து எழுப்புகிறேன்."

"நீயே என்னைத் துயிலெழுப்பும் அலாரம் கடிகாரம்" என்றான் சிறுவன்.

"வயதே என் 'அலாரம்' கடிகாரம்" என்ற கிழவன் மேலும், "கிழவர்கள் ஏன் சீக்கிரம் எழுந்திருக்கிறார்கள் தெரியுமா? உள்ள கொஞ்ச நாட்களாவது நீண்ட நாட்களாக இருக்கட்டுமே என்று தான்" என்றான்.

"எனக்குத் தெரியாது" என்றான் பையன். "என்னமோ, எனக்குத் தெரிந்ததெல்லாம் சிறுவர்கள் நன்றாகத் தூங்குகிறார்கள்; விடிந்து வெகுநேரம் கழித்தே எழுந்திருக்கிறார்கள் என்பதே."

"அதெல்லாம் எனக்கும் ஞாபகமிருக்கிறது; எனினும், நேரத்தில் உன்னை நான் எழுப்புவேன்" என்றான் கிழவன்.

"அதிகாலையில் என்னை எழுப்பும் சிரமத்தை உனக்குக் கொடுக்க இஷ்டப்படவில்லை" என்று பையன் தனக்குத் தானே சொல்லிக் கொண்டான். "அது என்னைப்பற்றி நானே இழிவாக நினைக்கும்படித் தூண்டுகிறது."

"உண்மைதான்."

"தாத்தா! நன்றாகத் தூங்கு, நான் வருகிறேன்."

பையன் வெளியே போனான். அவர்கள் சாப்பிடும்போதே விளக்கில்லை; எனவே, இருட்டில் தன் கால்சராயை நீக்கிவிட்டுக் கிழவன் படுக்கப் போனான். கால்சராய்க்குள் பத்திரிகையை வைத்து மடித்துத் தலையணைபோல் தலைக்கு உயரமாய் வைத்துக் கொண்டான். சால்வையை இழுத்துப் போர்த்திக்கொண்டு பழைய பத்திரிகைகள் பரப்பிய படுக்கையில் படுத்துப் புரண்டான்.

அவன் வெகு சீக்கிரத்தில் தூங்கிவிட்டான்; சிறு வயதில் தான் ஆப்பிரிக்கா சென்றதைப் பற்றிக் கனவு கண்டான்; நீண்ட பொன் மணற்கடற்கரைகளும், கண்ணைப் பறிக்கும் வெண்மணற் கரைகளும், கூராகி உயர்ந்து நிமிர்ந்த பழுப்புநிற மலைகளையும் அவன் கனவில் கண்டான். இப்போதெல்லாம் ஒவ்வொரு இரவிலும் அவன் ஆப்பிரிக்காவின் கடற்கரையிலேயே வாழ்ந்தான். அவன் கனவுகளில் அக்கரைகளின் அலையடித்து நுரைக்கும் சப்தம் கேட்டது. அவ்வலை வரிகளின்மேல் ஊர்ந்து வரும் நாட்டுப் படகுகளைக் கண்டான்; படகுத் தளத்தின் கீலெண்ணையும், கயிற்றுச்சிலும்பு வாசனைகளும் வீசியதை முகர்ந்தான்; ஆப்பிரிக்காவின் நிலவளம் காலையில் வீசிய காற்றோடு கலந்து விடுவதையும் அறிந்தான்.

வழக்கமாகக் கனவில் ஆப்பிரிக்காவின் நிலக்காற்று வீசும்போது அவன் விழித்துக் கொள்வான்; உடையணிந்து கொண்டு பையனை எழுப்பப் போவான். ஆனால், இன்றிரவு அவன் கனவில் நிலக்காற்று சீக்கிரமே வந்துவிட்டது; கனவிலேயே அவன் அதை உணர்ந்தான்; எனவே, மேலும் மேலும் கடலாழத்திலிருந்து கிளம்பும் வெண்சிகர மலைத் தீவுகளையும், கனேரித் தீவின் பலதரப்பட்ட துறைமுகங் களையும், பாதைகளையும் பற்றிக் கனவு கண்டான்.

பெரிய புயல்களையும், பெண்களையும், பெரிய பெரிய சம்பவங் களையும், மீன்களையும், குஸ்திகளையும், தன் மனைவியையும் பற்றி யெல்லாம் அவன் கனவு காணவில்லை. பற்பல இடங்களைப்பற்றி யெல்லாம் அவன் கனவு கண்டான். கடற்கரைச் சிங்கங்களைப் பற்றிக் கனவு கண்டான். அவை மாலைக்கால மசமசப்பில் பெரிய பூனைகளைப்போல் கரையில் விளையாடும்; நம் பையனை நேசிப்பது போலவே அவற்றையும் நேசித்தான். அவன் பையனைப் பற்றிக் கனவு காணவில்லை – எனினும் எழுந்ததும் எழாததுமாய் அவனது நினைப்புத்தான். படுக்கையிலிருந்து எழுந்ததும் வாயில் வழியே நிலவொளியைப் பார்த்தான்; கால்சட்டையை விரித்து மாட்டிக் கொண்டான். குடிசை அருகிலேயே சிறுநீர் கழித்துவிட்டுப் பையனை எழுப்புவதற்காகச் சென்றான். காலைக் குளிரில் அவன் உடல் நடுங்கியது; இத்தகைய நடுக்கங்களாலே உடலில் உஷ்ணம் ஏறும்; அதற்குள் அவன் படகைச் செலுத்திக் கொண்டு கடல்மேற் போவான் என்பது தெரிந்த செய்தியே.

பையன் வசித்து வந்த குடிசையின் கதவு பூட்டப்படவில்லை; அதைத் திறந்து கொண்டு மெதுவாய் சப்தம் செய்யாமல் தன் வெறுங்காலோடேயே கிழவன் உள்ளே நுழைந்தான். பையன் வாயிற்புறத்து முதலறையிலேயே படுத்திருந்தான்; மங்கி மறையும் நிலவொளியில் அவனை நன்றாகப் பார்க்க முடிந்தது. கிழவன் மெதுவாய் அவனது ஒரு பாதத்தைப் பற்றினான்; பையனும் கண் விழித்து அவனைப் பார்த்தான். கிழவன் தலை அசைத்தான்; பையன் கால்சட்டையை மாட்டிக்கொண்டான்.

கிழவனும் பையனும் முன் பின்னாக வெளிப்பட்டனர். பையனுக்கு இன்னும் தூக்கம் கலையவில்லை; கிழவன் அவனை அணைத்தவாறே, "எனக்கும் வருத்தமாய்த்தானிருக்கிறது" என்றான்.

"வருத்தம் எதற்கு?" என்ற பையன் தூக்கத்தை உதறியவாறே, "அதிகாலையில் எழுந்திருக்க வேண்டியது மனிதனின் கடமைதானே." இருவரும் கிழவனது குடிசையை நோக்கி நடந்தனர்; பாதையில் பலர் தங்கள் பாய்மரங்களோடு வெறுங் காலால் நடந்து சென்றனர் – கடலை நோக்கி.

கிழவனது குடிசையை அடைந்ததும் பையன் கூடையிலிருந்த வலைக் கயிறுகளையும், ஈட்டிகளையும், கிழவன் பாய்மரத்தையும் எடுத்துக்கொண்டனர்.

"காப்பி சாப்பிடுகிறாயா?" என்றான் சிறுவன்.

“முதலில் சாமான்களைப் படகிலேற்றிவிட்டு அப்புறம் கொஞ்சம் காப்பி சாப்பிடுவோம்.”

பக்கத்திலிருந்த செம்படவர்கள் காப்பிக் கடையில் இருவரும் கட்டிப் பால் காப்பி அருந்தினர்.

“தாத்தா! ராத்திரி நன்றாகத் தூங்கினாயா?” என்று பையன் கேட்டான். அவன் தன் தூக்கக் கலக்கத்தினின்றும் அப்போதுதான் கஷ்டத்தோடு முழுமையாகக் கண் விழித்தான்.

“ரொம்ப நன்றாகத் தூங்கினேன்; இன்று எனக்கோர் புதிய நம்பிக்கை பிறந்திருக்கிறது” என்றான் கிழவன்.

“எனக்குந்தான்” என்ற பையன் மேலும், “சரி, நான் போய் மத்தி மீன்களையும், தூண்டில் உணவையும் கொண்டு வருகிறேன். என் படகில் முதலாளியே எல்லாவற்றையும் கொண்டு வருவான். தன் சாமான்கள் எதையும் பிறர் கையாட விடமாட்டான்” என்றான்.

“நம்முடைய முறை வேறு” என்றான் கிழவன். “ஐந்து வயது முதலே என்னுடைய பொருள்களை நீதானே எடுத்து வருகிறாய்?”

“ஆமாம், நான் இதோ வந்துவிடுகிறேன். நீ இன்னொரு கப் காபி சாப்பிடு. எனக்கு இந்தக் கடையில் கணக்குண்டு.”

பையன் பவளநிறப் பாறைகளின் மேல் வெறுங்காலோடு நடந்து பனிமனைக்குத் தூண்டில் உணவு வாங்கச் சென்றான்.

கிழவன் மெதுவாகக் காப்பி குடித்தான்; நாள் பூராவுக்கும் அந்தக் காப்பிதான் அவனுக்கு ஆகாரம்; எனவே, அதையாவது குடித்துத்தானாக வேண்டும். ரொம்ப நாட்களாகவே அவனுக்குச் சாப்பாடு பிடிப்பதில்லை. எனவே, கடலுக்குப் போகும்போது அவன் சிற்றுண்டி கொண்டு போவதில்லை. படகின் முன் வளைவின் அடித்தளத்தில் ஒரு புட்டிக் குடிதண்ணீர் இருக்கும். அதற்கு மேல் எதுவும் அவனுக்குத் தேவையில்லை.

பையன் மத்தி மீன்களையும், தூண்டில் புழுக்களையும் தனித் தனியாகப் பத்திரிகைத் தாள்களில் மடித்துக்கொண்டு வந்திருந்தான். இருவரும் படகுக்குக் கூழாங்கல் மணற்பரப்பின் மீது நடந்து சென்றனர்; படகை மெதுவாய்த் தூக்கித் தண்ணீரில் விட்டனர்.

“தாத்தா! அதிர்ஷ்டம் வரட்டும்.”

“அதிர்ஷ்டம் வரும்” என்றான் கிழவன். துடுப்புகளின் கயிற்றுச் சாட்டிகளைத் துளைக் கண்ணிகளில் கட்டிவிட்டு, முன்னால் சாய்ந்தவாறே துடுப்பலகுகள் நீரைப் பிளந்துகொண்டு செல்ல அந்த இருட்டிலேயே துறைமுகத்துக்கப்பால் படகைச் செலுத்தினான்.

வேறு துறைகளிலிருந்து வேறு பல படகுகளும் கடல் மீது சென்றன; மலையின் பின் நிலவு மறைந்துவிட்டதால் அப்படகுகள் கண்ணுக்குத் தெரியவில்லை; எனினும், அவற்றின் துடுப்புத் தள்ளும் சப்தம் கிழவன் காதில் விழுந்தது. எப்போதாவது, ஏதாவதொரு படகில் யாராவது ஒருவர் பேசுவதுண்டு; ஆனால், அநேகமாக எல்லாப் படகுகளிலும் துடுப்பொலியைத் தவிர வேறொரு சப்தமும் இருக்காது. படகுகள் யாவும் துறைமுக வாயிலைத் தாண்டியதும் தனித்தனியாகப் பிரிந்து மீன் கிடைக்கக்கூடிய பல்வேறிடங்களை நோக்கிச் செல்லும். கிழவன் வெகு தொலைவுக்கப்பால் செல்ல விரும்பியதால் உதயத்திற்கு முன்பே நிலவாசனை நீங்கிய கடல் நீரின் காலைவாசம் மட்டுமான இடத்திற்குப் போய்விட்டான். கடலாழத்தின் சுழலுக்கஞ்சி மீன்களெல்லாம் கூடும், எழு நூற்றாளாழத் திற்குத் திடீரெனச் சரியும் பெரிய கடற்கிணறு என்னும் பகுதியில், மின்னும் நாணல்களின் சாயை தண்ணீரில் பளபளப்பதை அவன் பார்த்தான். இங்கு இறால் மீன்களும், தூண்டில் மீன்களும், ஆழத்தி லிருந்து வரிசையாக வரும் கணவாய் மீன்களும் இரவு நேரங்களில் நீர் மட்டத்துக்குமேல் துள்ளி விளையாடும்–திரியும் பெரிய மீன்கள் அவற்றை உணவாகக் கொள்வதுண்டு.

காரிருட்டிலேயே காலையின் வரவைக் கிழவன் உணர்ந்தான்; பறக்கும் வரால் மீன்கள் பாயும்போது நீர் நலுங்கும் சப்தமும், அதன் நீண்ட செதில்களின் நிமைப்பொலியும் நன்றாகக் கேட்டன. கடல் நடுவில் வரால் மீன்களே அவன் தோழர்கள்; எனவே, அவற்றிடம் அவனுக்குப் பிரியம் அதிகம். பறவைகளைப்பற்றி அவனுக்கு அனுதாபம் அதிகம்; அதிலும் அந்தச் சிறிய, மென்மை யான, கரிய, வால் நீண்ட கடற்குருவி பாவம் எப்போதும் சுற்றிச் சுற்றிப் பார்த்துக்கொண்டே இருக்கும். என்றாலும், அதற்கு அநேகமாய் ஒரு மீனும் கிடைப்பதில்லை. ‘அந்த வலிய திருட்டுப் பறவைகளைத் தவிர மற்ற பறவைகளின் வாழ்க்கை நாம் நினைப்பதை விடக் கடினமானது. கடலின் கொடுமையை அறிந்தும் கனிவு மிக்க கடற்கன்னிப் பறவைகளை உற்பத்தி செய்வானேன். கடல் கருணை உடையது, அழகானது; ஆனால், திடீரென்று கோபத்தால் கொடுமையாய்க் குமுறும்; பாவம்! சோகக் குரலுடன் அது சுற்றிச் சுற்றிப் பாய்ந்து பாய்ந்து மீன் வேட்டையாடுவது எவ்வளவு பரிதாபம்; கடலின் கடுமைக்கும் அவற்றின் மென்மைக்கும் எவ்வளவு தூரம்’–என்றெல்லாம் கிழவன் எண்ணினான்.

அவனுக்குக் கடல் ஒரு கன்னிகை; ஸ்பானியர்கள் கடலிடம் அன்பு பாராட்டும்போது அப்படித்தான் செல்லமாக அழைப்பர். சில சமயங்களில் கடலை விரும்புபவர்களும் கடுமையாகப்

பேசுவதுண்டு–எனினும், அக்கடுமையான பேச்சும் அவனது கன்னித் தன்மையைப்பற்றிய பேச்சாகவே இருக்கும். இளஞ் செம்படவர்களில் சிலர் மிதவைகளுடன் மீன் பிடித்து, சுறாக் குடல்களை விற்ற பணத்தால் யந்திரப் படகு வாங்கிவிடும் வாலிபர்கள் மட்டுமே கடலை ஆணாக உருவகப்படுத்துவர். அவர்களுக்குக் கடல் ஒரு வெறும் இடம், அல்லது போட்டிக் களம், அல்லது விரோதி அவ்வளவுதான். ஆனால், கிழவனுக்கோ கடல் எப்போதுமே ஒரு கன்னிகைதான். தன்னைக் காதலிப்பவர்களுக்கு அது பெரிய வரங்களைத் தரும், அல்லது மறுக்கும்; அவள் கொடுமையாகக் கொந்தளித்தால் அது அவளது இயற்கை. பெண்களை மயக்குவது போலவே நிலவொளி கடலையும் மயக்கியது.

கடற்பரப்பு தட்டையாய்ச் சலனமற்றிருந்தது. அவ்வப்போது தோன்றும் நீரோட்டச் சுழல்களைத் தவிர யாதொரு அசைவுமில்லை. எனவே, அளவான வேகத்துடன் கிழவன் அதிசுலபமாகப் படகைச் செலுத்தினான். வளரும் வெளிச்சத்தில் தான் எதிர்பார்த்ததைவிட அதிக தூரம் வந்துவிட்டதை அவன் உணர்ந்தான்.

‘கடற்கிணறுகளால் பயனில்லை. அப்பால், அவலைகளும், செதிலிகளும் வரியிட்டு வரும் பகுதிகளில் முயன்று பார்க்கவேண்டும். அவற்றிடையே ஒரு பெரிய மீன் அகப்பட்டாலும் அகப்படலாம்’ என்று கிழவன் எண்ணினான்.

நன்றாக விடியும்தருணம், நீரோட்டத்திற்கு ஏற்பப் படகு தானாக மிதந்து சென்றது. நாற்பது, எழுபத்தைந்து, நூறு, நூற்றி இருபது ஆள் ஆழங்களில் நாலு தூண்டில்களை அவன் வீசி விட்டான். ஒவ்வொரு தூண்டில் நுனியும் தூண்டில் மீன் புழுக்களால் தைக்கப்பட்டு மறைந்து தலைகீழாகத் தொங்கியது. அதன் கொக்கியும் முள்ளும் மத்தி மீன்களால் மூடப்பட்டிருந்தன. ஒவ்வொரு மத்தி மீனும் இரு கண்கள் மூலமும் குத்தப்பட்டு பிளவுண்ட மலர் போலத் தொங்கியது. தூண்டில் கொக்கிகள் முழுமையுமே பெரிய மீன்களைக் கவரத்தக்க வாசனையும் ருசியும் மிக்க மீனுணவுத் திரளாக விளங்கியது.

பையன் தந்த இரண்டு அவலை மீன்களை ஆழத் தூண்டில்களில் கட்டியிருந்தான். மற்றவைகளில் நீல நிற வெடையானையும், மஞ்சள் நிறச் சடையானையும் மாட்டி இருந்தான்; அவை இன்னும் கெட்டுப் போகவில்லை; அத்துடன் மத்தி மீன்களால் வாசனையும் ருசியும் ஊட்டப்பட்டிருந்தன. ஒவ்வொரு தூண்டில் நூலும் ஒரு பெரிய பென்சிலின் சுற்றளவுக் கனத்தில் பசுஞ்சேரு மாறாது விளையும் பச்சைமூங்கிலில் கட்டப்பெற்றிருந்தது; ஒன்றோடொன்று சுலபமாக மாட்டி இழுக்கக் கூடிய இருநூற்றி நாற்பதடித் தூண்டில்

கயிறுகள் தயாராயிருந்தன; அவற்றின் நெகிழ்ச்சியால் தூண்டிலைக் கவ்விய மீன் சந்தேகத்திற்கு இடமின்றிச் சுலபமாக முந்நூறு ஆள் ஆழத்திற்குத் தாழ்ந்து செல்ல முடியும்.

படகு விளிம்பில் தூண்டில்கள் ஆழத்தில் அமுங்கி இருப்பதைக் கவனித்தவாறே, அவை சாயாது, கோணாது, ஆழம் கலையாது நேராக நிற்கும்படி படகை மிகமிக மெதுவாகக் கிழவன் மிதக்க விட்டான். வெளிச்சம் நிரம்புகிறது; எந்தக் கணத்திலும் சூரியன் உதிக்கலாம்.

மெதுவாய்க் கடலினின்றும் கதிரவன் கிளம்பினான்; நீரோட்டத் திற்கேற்ப மற்ற படகுகள் கரையை அடுத்த கடற்பரப்பில் மிதப்ப தைக் கிழவன் கண்டான். அதிகரித்த சூரியனொளிகூட கடற்பால் பிற்பட்டுத் தெறித்து அவனது கண்களைக் குத்தீட்டிகள் போல் தாக்கி வருத்தியது – அதைக் காணாமல் மெதுவாய்ப் படகைச் செலுத்தினான் கிழவன். தன் தூண்டில்கள் செங்குத்தாய்க் கடலாழத் தில் பாய்ந்து நிற்கின்றனவா என்பதுதான் அவன் கவலை– எனவே, கடலாழத்தையே கண் கொட்டாது பார்த்துக் கொண்டிருந்தான். மற்றவர்களைக் காட்டிலும் தூண்டில்களை நேராக இமைக்காது கவனிப்பவன் நம் கிழவனே – அவனது தூண்டில் நுனிகள் அதனத னிடத்தில் ஆடாது அசையாது மீன்களின் வரவை எதிர்பார்த்துப் பொறுமையாகக் காத்திருக்கும். பிறரது தூண்டில்கள் சாய்வதால் அவர்கள் நூறாள் ஆழத்தில் இருப்பதாக நினைக்கும்போது அவை உண்மையில் அறுபதாள் ஆழத்திலேயே ஊசலாடிக் கொண்டிருக்கும்.

‘ஆம். அவற்றை நான் அளவு வழுவாமற் சரியாகப் பார்த்துக் கொள்ளுகிறேன். எனினும், அதிர்ஷ்டந்தானில்லை; யாருக்குத் தெரியும்? ஒருவேளை இன்று அதிர்ஷ்டம் அடிக்கலாம். ஒவ்வொரு நாளும் புதிய நாளல்லவா? அதிர்ஷ்டம் நல்லதே. ஆனால், அதை விடக் கடமை தவறாது காரியம் செய்வதையே நான் அதிகமாய் நம்புகிறேன். அப்போதுதான் அதிர்ஷ்டம் வரும் போது நாம் அதனை ஏற்கத் தயாராயிருக்கலாம்’ என்றெல்லாம் கிழவன் யோசித்தான்.

சூரியன் உதித்து இரண்டு மணி நேரம் ஆகிவிட்டது. இப்போது அவனால் கீழ்வானத்தைக் கண் சுளிக்காமல் காண முடிந்தது; மூன்றே மூன்று படகுகள் கரை ஓரத்தில் மிதந்து கொண்டிருந்தன.

‘என்றுமே காலை வெய்யில் என் கண்களை உறுத்துகிறது. எனினும், என் கண்கள் மங்கவில்லை; கண்ணிருளாது மாலைக் கதிரவனை என்னால் காண முடியும். இருந்தாலும் காலை நேரம் கண்ணைக் கூசத்தான் செய்கிறது’ என்று கிழவன் எண்ணலானான்.

அச்சமயம் ஒரு பெரிய போர்க்கலப் பறவை ஒன்று தன் கரிய நீண்ட சிறகுகளுடன் தன் முன்னால் பறப்பதைக் கண்டான். திடீரென்று அது தன் இறக்கைகளைப் பின்நோக்கிச் சாய்த்தவாறே கீழ் நோக்கிப் பாய்ந்தது. மறுகணம் வானில் வட்டமிடலாயிற்று.

"அதுக்கு ஏதோ கிடைத்திருக்கிறது; வெறுமனே அது வட்டமிட வில்லை" என்று கிழவன் உரக்கக் கூவினான்.

நிர்ணயமாக, நிதானமாக அப்பறவை வட்டமிடும் இடத்திற்கு நேராக அவன் படகைச் செலுத்தினான். அவசரப்படாமல், தூண்டில் நுனிகள் ஆடாத அசையாத வண்ணம் ஊர்ந்து சென்றான். கடல் நீர் கொஞ்சம் கலங்கத்தான் கலங்கியது; பறவையின் கண்ணியை நாடாவிட்டால் இக்கலக்கங்கூட நேர்ந்திராது.

பறவை உயரப் பறந்து, சலனமற்ற இறக்கைகளோடு வானில் வட்டமிட்டது. மறுபடியும் திடீரென்று கீழே பாய்ந்தது. பறக்கும் வரால் மீன்கள் நீர்ப்பரப்பின் மேல் சிதறிப் பரபரப்போடு நீந்தின.

"கடற்பன்றி, பெரிய கடற்பன்றிகள்" என்று கத்தினான் கிழவன்.

தன் துடுப்புகளைஅயரவிட்டுப் படகின் முன் பலகை அடியி லிருந்து ஒரு சிறிய தூண்டில் வரியை எடுத்தான். அது கம்பிவரி; அதில் ஒரு மத்தி மீனை மாட்டிப் படகின் பின் விளிம்பின் மேல் தவழப் பக்கத்தில் தொங்கவிட்டான். மற்றொரு வரிச் சுருணையைத் தயாராக வைத்தான். பின்னர் தாழப் பறக்கும் போர்க்கலப் பறவையைக் கவனித்தவாறே படகை வலிக்கலானான்.

அந்தப் பறவை சிறகணைத்துப் பாய்ந்து வரால் மீன்களைத் தொடர்ந்து வீணே சிறகடித்துப் பறந்தது. கடல் நீர், கடற்பன்றி மீன்களால் குமிழியிட்டுக் குமுறுவதைக் கிழவன் கண்டான். பறக்கும் வரால் மீன்களுக்கடியில் நீர்மட்டத்தின் கீழ்க் கடற்பன்றிகள் நீந்தின. வரால்கள் விழும்போது அவற்றின் வேகம் அதிகரிக்கும். வரி வரியாகக் கடற்பன்றிகள் வருவதாகக் கிழவன் நினைத்தான். அகன்றுள்ள அவற்றின் பரப்பில் வரால் மீன்களுக்குத் தப்ப வழி யில்லை. கடற்பறவையும் ஏமாற வேண்டியதுதான். ஏனெனில், அவை பெரியவை, வேகம் மிகுந்தவை; கடற்பறவையால் அவற்றைப் பிடிக்க முடியாது. வரால்கள் சிதறலையும், பறவையின் வீண் பட படப்பையும் மறுபடியும் மறுபடியும் கவனித்தான். கடற்பன்றி களின் வரிசை தப்பிப்போயிற்றோ என்று நினைத்தான். அவை அதிவேகமாக அதிகதூரம் போகின்றன. இருந்தாலும் தனியாக ஏதாவது அகப்படலாம்; என்னுடைய பெரிய மீன் அவற்றிடையே

எங்காவது இருக்கலாம்–இருக்கத்தான் வேண்டும் என்று கிழவன் நம்பினான்.

கரையடுத்து மலைபோல மேகங்கள் கவிந்தன. கரை பழுப்பு நீல மலைகள் வரியிட்ட ஒரு பச்சைக் கோடுபோல் தோன்றியது. கடல் நீர் பசிய கரு நிறத்தை–அநேகமாக ஊதா நிறம் என்றே கூறிவிடலாம்–அடைந்தது. தண்ணீரில் ஆழத்தில் அவன் உற்று நோக்கினான்; சூரியனின் அபூர்வ ஒளியில், நீரடியில் சிவப்பு வரிகளோடிய உதிரி மீன் படலங்கள் மின்னுவதையும் கண்டான். தன் தூண்டில் வரிகள் நேராக ஆழப்பாய்ந்து செல்வதை அக்கறை யோடு கவனித்தான்; உதிரிப் படலத்தைக் கண்டு மகிழ்ந்தான். ஏனெனில், அங்கு பெரிய மீன்களுள்ளன என்பதற்கு அது அறிகுறி யாகும். உச்சிச் சூரியன் ஒளியும், மேகங்களும் அதுவே மீன் பிடிக்கச் சரியான சமயம் என்பதை அறிவுறுத்தின. அந்தப் பறவை அநேகமாய் மறைந்து விட்டது; நீர் மட்டத்தில் வெய்யிலில் உலர்ந்து பழுப்பேறி மஞ்சளான கடல் நாணற் சடைப் பாசிகள் மிதந்தன. படகருகில் போர்ச்சுக்கல் போர்க்கலப் பறவையொன்று ஊதா நிறமான, மொழு மொழுவென்று பளபளத்து உப்பிய பளிங்கெனத் தளதளத்த கொப்புளம்போல, ஊர்ந்து வந்தது. அது மல்லாந்தது, மறுபடியும் நேராக நிமிர்ந்தது. நீண்ட கரு நீல வாலின் சிம்புகள் ஒரு கஜதூரத்தில் தவழ, ஒரு பெரிய கொழுகொழு ரஸகுண்டு குமிழிபோல அது குதூகலமாய் நீந்தியது.

“வித்தாரக் கள்ளி” என்றான் கிழவன். தன் துடுப்புகளின்மேல் சாய்ந்த வண்ணமே அவன் தண்ணீரில் பார்த்தான். அதனது வாலின் சிலிர்க்கும் சிம்புகளைப்போலவே ஊதா நிறமான உதிரி மீன்கள் அதன் வாலிழைகளின் இடையிலும், உடற்குமிழி நிழலிலும் உலாவுவதைக் கண்டான். அதன் விஷம் அவற்றைப் பாதிப்ப தில்லை; மனிதர்களைப் பாதித்தது. அதன் சிலிர்க்கும் ஊதா இழை கள் பட்டால் ஐஸிராலி விஷம் பட்டது போல் புண்களும் கொப் பளங்களும் உண்டாகும். இப்போர்க்கலப் பறவையின் விஷம் எதிர் பாரா வகையில் திடீரெனச் சவுக்கடியைப் போலத் தாக்கும்.

பளபளப்பாக ரஸ மணிகள் போல் மின்னும் இச்சிறு சிறு குமிழிகள் அழகானவையே. ஆனால், அவை மிகவும் பொய்யான வஸ்துக்கள்; அவற்றைப் பெரிய கடல் ஆமைகள் தின்னும் போது கிழவன் சந்தோஷமடைவான். ஆமைகள் நேராக வரும், கண்களை மூடிக்கொண்டு அவற்றை மேலோடு சகிதம் நிர்மூலமாக்கும். ஆமை அவற்றைத் தின்பதைப் பார்ப்பதில் அவனுக்கு ரொம்பப் பிரியம்; கடற்கரையில் புயலுக்குப்பின் தன் பூட்ஸ் காலோடு அவற்றைப்

பயந்து துள்ளிக் குதிக்கும்படி மிதிப்பதிலும் அவனுக்குப் பிரியம் அதிகமே.

பச்சை ஆமைகளிடமும், அழகும், வேகமும் மதிப்பும் நிறைந்த கழுகுக்குக் கடற்பருந்தினிடமும் பிரியமுண்டு; வேடிக்கையாகக் காதல் செய்யும் மஞ்சள் நிற மேலோடு கொண்ட அந்தப் பெரிய அசட்டு முட்டாள் முடையான்களிடம் அவனுக்கு வெறுப்பற்றதோர் அலட்சியம் இருந்தது; அவை கண்ணை மூடிக்கொண்டு போர்க்கலக் கடற்பறவைகளை விழுங்கிவிடும்.

அநேக தடவை அவன் ஆமை வேட்டைக்குச் சென்றிருந் தாலும் அவற்றைப் பற்றிய ஐதீகங்களில் அவனுக்கு அவ்வளவாக நம்பிக்கை கிடையாது; அவற்றிடம் அனுதாபம் நிறைய உண்டு. ஒரு மணங்கு நிறையுள்ள கனத்த கவசமணிந்த அந்தப் பெரிய படகின் அளவான பாரியான் ஆமையிடம்கூட அவனுக்குப் பரிதாபமே. அவற்றினுடையவை போன்றதே என்னுடைய இதயமும் – கைகளும் பாதங்களுங்கூட அப்படித்தான் என்றெல்லாம் எண்ணினான் கிழவன். பின்னர் வீரியம் பெற வெள்ளை முட்டைகளை உடைத்துச் சாப்பிட்டான். செப்டம்பர், அக்டோபர் மாதங்களில் பெரிய மீன் களைப் பிடிக்கச் சக்தி பெறுவதற்காக மே மாத முதலே அவற்றை உண்பது அவன் வழக்கம்.

ஒவ்வொரு நாளும் ஒரு கிண்ணி சுறா மீனெண்ணெய் குடிப்பது அவன் வழக்கம். பெரும்பாலான வலைஞர்களுக்கு அதன் ருசி பிடிப்பதில்லை. எனினும், விடியற்காலையில் எழுந்திருப்பதைக் காட்டிலும் அது கஷ்டமான காரியமல்ல. தவிர அவ்வெண்ணெய் குளிரைப் போக்கும், கீல் வாதத்தை நீக்கும், கண்ணொளியைக் காக்கும்.

இப்போது அந்தப் பறவை மறுபடியும் வானத்தில் வட்ட மிட்டது.

“ஏதோ மீனைக் கண்டுவிட்டது” என்று உரக்கக் கூறிக் கொண் டான், வரால்களோ, தூண்டிகளோ நீர்ப்பரப்பைக் கலக்கவில்லை. ஆனால், அவன் பார்த்துக் கொண்டிருக்கும் போதே ஒரு சிறிய தூணி மீன் ஒன்று துள்ளித் தலைகீழாய்த் தண்ணீரில் முழுகியது. அடுத்தடுத்துப் பல தூணிகள் அவ்வாறே எழுந்தெழுந்து விழுந்தன. சூரியனொளியில் அவை வெள்ளிக்கிளிஞ்சல்களைப்போல் தோன்றின. நீரைக் குடைந்து கொண்டு, பாய்ந்து பாய்ந்து, தூண்டிகளைச் சுற்றி வட்டமிட்டன.

அவ்வளவு வேகமாகப் போகாவிட்டால் அவற்றைத் தான் பிடிக்கலாம் என்று கிழவன் எண்ணினான். தண்ணீர் வெண்ணுரை கக்கித் தளும்பியது; பறவை பாய்ந்து பயத்தால் வெளிவந்த தூண்டி மீன்களைக் கொத்தித் தின்றது.

"பறவை மிகவும் பயனுடையதே" என்றான் கிழவன். அப்போது, படகின் பின்புறம் அவன் காலடியில் கிடந்த தூண்டில்கயிறு இறுகி நெட்டு நிமிர்ந்தது. துடுப்புகளை விட்டுவிட்டு அதை மெதுவாய்ப் படகுக்குள் இழுக்கலானான் – அதில் சிறிய தூணி மீனின் கனமான நடுக்கம் சிலும்பியது. இழுக்க இழுக்க கனத்தின் துள்ளல் அதிகரித்தது. முதலில் அம்மீனின் நீலமுதுகும், பின் பொன்மயமான பக்கங்களும் தெளிந்த நீருக்குள் நன்கு தெரிந்தன. அவன் அதை இழுத்துப் படகில் போட்டான். இந்நேரம் அதன் குண்டுடலும், அசட்டுக் கண்களும் ஓய்ந்திருந்தன. அடுத்தபடி, படகின் பின்பக்கப் பலகை களில் தன் நீண்டு, நிமைக்கும் வேகம் நிறைந்த வலிய வாலை அடித்துத் துள்ளித் துடித்து உயிரைவிட முயற்சிக்கும் உக்கிரத்தைக் கண்டு கருணைகொண்டு கிழவன் தலையில் தாக்கி அதனைக் கொன்றான். அப்போதும் சாவின் துடிப்பு நீங்கவில்லை.

"அவலை மீன்! நல்ல தூண்டி உணவாகும். பத்துப் பவுண்டு எடை இருக்கும்" என்று கிழவன் சந்தோஷக் கூச்சலிட்டான்.

தனியாக இருக்கும்போது தானாகப் பேசிக் கொள்ளும் வழக்கம் எப்போது ஏற்பட்டதோ அவனுக்கு ஞாபகமில்லை. பழைய நாட்களில் அவன் தனக்குத் தானே பாடி மகிழ்வான்; இரவு நேரங் களில் ஆமைப் படகுகளை ஓட்டிச் செல்லும் போது பாடியதெல்லாம் அவனுக்கு நினைவிருந்தது. பையன் போன பிறகுதான் இந்தத் தனிப் பேச்சு வழக்கம் ஏற்பட்டதோ என்னமோ? அவனுடன் இருந்தபொழுதும் அவ்விருவரும் அபூர்வமாகவே, அவசியம் நேர்ந்த பொழுது மட்டுமே பேசிக் கொள்வார்கள்; இரவில், புயலில் பேசுவார்கள். கடலிற் செல்லும் போது பேசாதிருப்பதுதான் நல்ல தென்று கிழவன் நினைத்தான். ஆனால், இப்போது எவருக்கும் உபத்திரவமில்லாத வகையில் தனக்குத் தானே உரக்கப் பேசிக் கொள்வது அவனுக்கு வழக்கமாய்விட்டது.

"இப்படி எனக்கு நானே உரக்கப் பேசிக் கொள்வதை யாராவது கேட்டால், என்னைப் பைத்தியம் என்பர். ஆனால் நான் பைத்திய மல்ல; அதனால், அதைப்பற்றிக் கவலைப்படவில்லை. பணக்காரர் படகுகளில் ரேடியோக்கள் உண்டு, பேஸ்பால் விளையாட்டைப்பற்றி அவர்களுக்கு அவை கூறும்" என்றான் கிழவன்.

“அதைப்பற்றி நினைக்க இதுவா சமயம்; ஒன்றைப் பற்றி மட்டுந்தான், தான் எதற்காகப் பிறந்தானோ அதைப்பற்றித்தான் இப்போது சிந்திக்கலாம். அந்தச் சிறு மீன்களின் வரிசைக்கப்பால் ஏதாவது பெருமீன் இருக்காதா? உணவுண்ண வந்த அவலை மீன்களில் வழி தவறிய எளிய மீன் ஒன்றைத்தான் நான் பிடித்திருக்கிறேன். அவை வெகுவேகமாக நெடுந்தொலைவிலுள்ள எதையோ நாடிப் போகின்றன. ஏன் இப்படி? அந்த நேரம் வந்துவிட்டதா? அல்லது பருவக் காலம் மாறுகிறதா? ஒன்றும் புரியவில்லையே” என்று கிழவன் தனக்குள் நினைத்தான்.

இப்போது பசுமையான கரை கண்ணுக்குத் தெரியவில்லை. அப்பாலிருந்த பனி மூடியது போல் வெண்மையான நீல மலைச் சிகரங்களும், அவற்றை அடுத்து மலைமேல் மலைபோல் வெண் மேக மலைகளுமே தெரிந்தன. கருங்கடற் பரப்பில் கதிரொளி பற்பல வர்ணமான கண்ணாடித் துண்டுகளைப் போல் பிரகாசித்தது. உச்சிச் சூரியன் ஒளியில் உதிரி மீன் புள்ளிகள் மறைந்துவிட்டன; நீலக் கடலடியில் நிமைக்கும் மணித் துகள்களையே கிழவன் கண்டான். அவன் கவனம் முழுவதும் ஒரு மைல் ஆழமுள்ள அக்கடலில் நேராக நெட்டுச் செல்லும் தன் தூண்டில் வரிகளின் மேலேயே நிலைத் திருந்தன.

தூணி மீன்கள் – மீன் சந்தைக்குச் சென்று விற்கும்போது தவிர, மற்ற நேரங்களில் அந்த ஜாதி மீன்களையெல்லாம் தூணி என்றே சொல்லுவது வலைஞர்கள் வழக்கம். வெய்யில் கடுமையாய்க் கிழவனது முதுகில் தாக்கியது; வியர்வைத் துளிகள் வழிந்தோடின.

படகை வலிக்காமல் மிதந்து கொண்டே கால் கட்டைவிரலில் தூண்டிலைக் கட்டிவிட்டுத் தூங்கலாம் என்று கிழவன் நினைத்தான்; ஆனால், இன்று எண்பத்தைந்தாம் நாள், எப்படி எப்படியாவது நல்ல வகையில் மீன் பிடிப்பது மிகமிக அவசியம்.

அதே சமயம், தூண்டில்கோலொன்று தழைந்து தாழ்வதைக் கண்டான்.

“ஆம், ஆம்”–என்றவாறே படகு அசையாதபடி துடுப்புகளை மெதுவாகப் போட்டு விட்டு அத்தூண்டிலின் அடியை மிக மிக லேசாகத் தன் வலக்கைவிரற் கணைகளிடையே பற்றினான். நெளிப்போ, நெகிழ்ச்சியோ ஒன்றும் காணோம்; மறுபடியும் தூண்டில் கோல் சாய்ந்தது; அது ஏதோ பரீட்சார்த்தமான இழுப்பு. கனமுமில்லை; அது என்ன என்பது அவனுக்குத் தெரியும். அறுநூறடி ஆழத்தில் ஏதோ ஒரு சுருணை மீன் தூண்டில் நுனியிலுள்ள மத்தி மீன்களை

ருசி பார்க்கிறது; தூணி மீனையோ, அதைக் குத்தியுள்ள கொக்கியையோ அது இன்னும் தொடவில்லை.

லேசாகத் தூண்டில் கோலை இடது கையில் பற்றிக்கொண்டு வலது கையால் தூண்டில் கயிற்றை மெதுவாகத் தழைய விட்டான் கிழவன். அந்த மீன் உணராதபடி தன் விரற் சந்துகள் மூலம் நூலை எவ்வளவு ஆழத்திற்கு வேண்டுமானாலும் அவனால் தாழ்த்த முடியும்.

இவ்வளவு ஆழத்தில் இருக்கும் மீன் பெரிதாகத்தான் இருக்க வேண்டும் என்று எண்ணினான் கிழவன். "தின்னு, மீனே! தின்னு. தயவு செய்து சாப்பிடு. அறுநூறடி ஆழத்தில், இருட்டில், குளிரில் அவஸ்தைப்படும் உனக்கு அற்புதமான உணவு வைத்திருக்கிறேன்; ஒரு முறை சுற்றிவிட்டுத் திரும்பவும் வந்து சாப்பிடு" என்றெல்லாம் தனக்குள் தானே கிழவன் முணுமுணுத்தான்.

முதலில் லேசான ஒரு இழுப்பு, பின் கடினமானதோர் இறுக்கம்; கொக்கியில் மாட்டி இருந்த மத்தி மீனின் வலிய தலையைக் கடிப்பதால் ஏற்பட்டிருக்கலாம்–அப்புறம் ஒன்றுமே காணோம்.

"வா! வா! மற்றொரு முறை திரும்பி வா! அதன் வாசனையை முகர்ந்து பார்! அந்த மத்தி எவ்வளவு சுகமான உணவு? சாப்பிடு, நன்றாகச் சாப்பிடு. அப்புறம் அந்தத் தூணி மீன் இருக்கிறதே! எவ்வளவு மொறுமொறுப்பானது, குளுகுளுப்பானது, சுவையானது. வெக்கப்படாதே–சங்கோஜப்படாதே. சாப்பிடு" என்றான் கிழவன்.

இவ்வாறு கூறித் தூண்டிலை லேசாகப் பிடித்தவாறே காத்திருந்தான். அந்த மீன் மேலும் கீழுமாக நீந்தலாம் எனவே எல்லா தூண்டில் கயிறுகளையும் கண்காணித்தவாறே காத்திருந்தான். அப்போது மறுபடியும் அதே லேசான இழுப்பு கயிற்றில் கனத்தது.

"அது சிக்கிவிடும், கடவுள் கருணையால் அந்த மீன் கிடைக்கும்" என்று கிழவன் உரக்கக் கூறினான்.

இல்லை, அந்த மீன் நழுவிவிட்டது; கிழவன் உணர்ச்சியும் மரத்துவிட்டது.

"போயிருக்காது; ஏசுவுக்குத் தெரியும், அது போயிருக்காது. எங்கோ சுற்றிவிட்டுத் திரும்பும். ஒருவேளை முன்பே தூண்டிலிற் சிக்கித் தப்பிய மீனாக இருக்கலாம். அதுதான் இவ்வளவு சாகஸம் பண்ணுகிறதோ, என்னமோ" என்றான்.

மறுபடியும் லேசான இழுப்பை உணர்ந்தான், களித்தான்.

"சமயம் வந்துவிட்டது, இனி அகப்பட்டுக்கொள்ளும்" என்றான்.

கயிற்றை மெதுவாக இழுப்பது தெரிந்தது ; திடீரென்று நம்ப முடியாதபடி இழுப்பின் வேகமும் கனமும் அதிகரித்தன. அந்த மீனின் கனமே அது. தூண்டில் கயிற்றை நழுவவிட்டான்–சேமிப்பி லிருந்த இரு கயிற்றுச்சுருணைகளையும் மாட்டிக் கீழே–கீழே பின்னும் கீழே என்று கயிறு விட்டான். கிழவனது விரற் கடைகளின் வழியாய்க் கயிறு நழுவ நழுவ மீனின் கனமும் அதிகரிப்பது போல் தோன்றியது.

"எவ்வளவு பெரிய மீன்? தூண்டில் நுனி அதன் வாயின் குறுக்கே சிக்கிவிட்டது. அதனோடு அது நீந்துகிறது."

அடுத்தபடி அது தூண்டிலை விழுங்கிவிடும் என்று எண்ணி னான் கிழவன். வாயாற் கூறவில்லை; வாயாற் கூறினால் வரும் நன்மை வராமலும் போகலாம். அது எவ்வளவு பெரிய மீனென்று அவனுக்குத் தெரியும்; தூண்டிலின் தூணி மீனைக் கடித்தவாறே அது இருட்டில் நீந்திச் செல்கிறது. இந்தச் சமயத்தில் அந்த மீன் நீந்தாமல் நிலைத்து நிற்பது போல் தோன்றியது–எனினும் கனம் குறையவில்லை. இப்போது பளு அதிகரிக்கிறது. அதிகமாகக் கயிறுகளை ஆழ விட்டான் கிழவன். கயிற்றை அழுத்திப் பிடித்தான்; கனம் நிரம்பிய தூண்டில் நுனி நேராகக் கீழே நெடுந்தொலைவுக்குச் சென்றது.

"சிக்கிவிட்டது; தூண்டிலுணவை நன்றாக உண்ணட்டும்" என்றவாறே கயிற்றைப் பின்னும் நெகிழவிட்டு அதை வேறிரண்டு கயிறுகளுடன் பிணைத்து வைத்தான். இப்போது அவன் தயார்; தான் உபயோகிக்கும் கயிற்றுடன் மூன்று இருநூற்றி நாற்பதடி கயிறுகளும் தயார்.

"இன்னும் கொஞ்சம் சாப்பிடு. நன்றாக மென்று தின்னு" என்றான்.

"கொக்கி நுனி உன் இதயத்தைக் குத்திக் கொல்லும்படி சாப்பிடு–வா! மேலே வா! சுலபமாக வா! என் குத்தீட்டியை உன் உடலுக்குள் செலுத்துகிறேன் வா! ரொம்ப சரி! தயார்தானே! திருப்தியாகச் சாப்பிட்டாயா?" என்றெல்லாம் கிழவன் எண்ணமிட்டான்.

'இதோ' என்று இரு கையாலும் கயிற்றை இழுத்தான். ஒரு கஜம் இழுத்துவிட்டான். பின்னும் பின்னும் மாறி மாறிக் கைகளை வீசி வீசி இழுத்தான். உடலைச் சாய்த்துக் கைகளில் வலுவுள்ள வரையில் கயிற்றைச் சேந்தினான்.

ஆனால், ஒன்றும் நேரவில்லை; மீன் மெதுவாக நகர்ந்தது. ஒரு அங்குலங்கூட அதைக் கிளப்ப முடியவில்லை. அவனது

தூண்டில்கயிறுகள் கனமானவையே. பெரிய பெரிய மீன்களைப் பிடிக்க ஏற்றவையே. கயிற்றைத் தோள்பட்டை மேல் போட்டுக் கொண்டு முதுகு சாய்த்துக் கனத்தைத் தாங்கினான்; விண்ணென்று வெடைத்த கயிற்றினின்றும் நீர்த்துளிகள் விசிறித் தெறித்தன; உஸ்ஸென்ற சப்தத்தோடு கடலில் ஆழ்ந்தது. படகுப் பெஞ்சியில் காலூன்றி முதுகு சாய்த்துக் கனத்தைக் கிழவன் தாங்கினான். படகு மெதுவாய் வடமேற்கு நோக்கி நகரத் தொடங்கியது.

மீனும் நிதானமாக நகர்ந்தது; படகும் நகர்ந்தது. மற்ற தூண்டில் வரிகளும் நகர்ந்தன – யாரும் எதுவும் செய்வதற்கில்லை.

'பையன் இருந்தால்' என்று எண்ணினான். 'என்னை இழுத்துக் கொண்டு அந்த மீன் ஓடுகிறது; அதை இழுத்துக் கொண்டு நான் அவஸ்தைப்படுகிறேன். கயிற்றைக் கம்பத்தில் கட்டிவிடலாம்; ஆனால், அது கயிற்றைச் சுலபமாக அறுத்துக் கொண்டு தப்பிப் போனாலும் போய்விடும். வேண்டுமளவு கயிறு விட்டுத்தான் பிடிக்க வேண்டும். கடவுள் தயவால் அது இன்னும் ஆழத்திற்கு இழுக்காமல் சரிசமானமாக நீந்திச் செல்கிறது.'

'அது நேராகக் கடலடிக்குச் செல்ல நிச்சயித்துவிட்டால் என்ன செய்வது? ஏதாவது செய்துதான் தீரவேண்டும்; எதையாவது செய்வேன்.'

படகையும் இழுத்துக்கொண்டு மீன் வட மேற்கு நோக்கி ஓடுகிறது; முதுகுக் கயிறு சரிந்து கடல் நீரில் சாய்கிறது.

'இப்படியே போனால் அது செத்துவிடும். எவ்வளவு நேரந்தான் இப்படியே இழுத்துக்கொண்டு போக முடியும்?' என்றெல்லாம் அவன் நினைத்தான். எனினும் நான்கு மணி நேரமாகியும் இழுப் பாட்டம் நிற்கவில்லை; அதனைத் தாங்கும் கிழவனது வலிமையும் குறையவில்லை.

'நட்ட நடுப்பகலில் சிக்கிய மீனை நான் இன்னமும் பார்க்க வில்லையே?'

மீன் சிக்குமுன் தலையில் தாழ அவன் அணிந்திருந்த அந்த வைக்கோல் தொப்பியின் விளிம்பு நெற்றியை அறுப்பது போல் உறுத்தியது. தாகமெடுத்தது. தூண்டில் கயிற்றை உலுக்காமல் மெதுவாய் மண்டியிட்டுப் படகின் முன் பக்கம் நகர்ந்து சென்று அங்குள்ள தண்ணீர்ப் புட்டியை ஒரு கையால் எடுத்துத் திறந்து கொஞ்சம் நீர் பருகினான். முன்பக்கப் பலகையில் சாய்ந்து சிறிது இளைப்பாறினான்; விரிக்கப்படாத படுதா சுற்றிய பாய்மரத்தின் மேல் அமர்ந்தவாறே சிந்தனைக்கு இடங்கொடாமல் பொறுமையாகக் காத்திருந்தான்.

திரும்பிப் பார்த்தான். நிலப்பரப்பே கண்ணுக்குத் தெரியவில்லை. அதனால் பாதகமில்லை. மாலையின் மங்கிய ஒளியில் கரைக்குத் திரும்பிவிடலாம். அஸ்தமிக்க இன்னும் இரண்டு மணி நேரம் இருக் கிறது. அதற்குள் அது வந்துவிடலாம். இல்லையேல் சந்திரோதயத்தில் கிடைக்கலாம்; அதுவும் தவறினால் சூரியோதயத்தில். எனக்குக் கைகால் குடைச்சலில்லை, உடலின் வலிமை குறையவில்லை. அந்த மீனின் வாயில்தான் தூண்டில் அலகு குத்தியிருக்கிறது. இருந்தும் படகையும் இழுத்துக்கொண்டு போகிறதே? அது எவ்வளவு பெரிய மீனாக இருக்கவேண்டும்? தூண்டில் கம்பியைக் கவ்வி அது தன் வாயை இறுக மூடிக் கொண்டிருக்கும். அதைப் பார்க்க, ஒரே ஒரு முறை என்னை எதிர்க்கும் அதன் வலிமையை அறிய ஆசைப் படுகிறேன்.

மீனின் போக்கும் திசையும் இரவு பூராவும் மாறவே இல்லை. நட்சத்திரங்களைக் கொண்டு அவன் கணித்தது சரியாயிருந்தால் இரவு அநேகமாய் முடியும் தருணமாய்விட்டது. பகலில் வழிந்த வியர்வை அஸ்தமனத்திற்குப்பின் அவன் முதுகிலும் அங்கங்களிலும் உறைந்து போயிற்று. பகலின் தூண்டிலுணவுப் பேழையை மூடி இருந்த சாக்கைக் காய வைத்திருந்தான். அஸ்தமன சமயத்தில் அச்சாக்கைக் கழுத்தில் கட்டிக்கொண்டு மெதுவாய் முதுகில் விரித்து ஆடாது அசையாது தூண்டில் கயிற்றுக்கடியில் இழுத்து விட்டான். இந்தச் சாக்குப் பிரிமணை, கயிறு அவன் தோளை அறுக்காமல் பார்த்துக்கொண்டது. படகின் முன்புறப் பலகை மேல் எப்படியோ முன்னோக்கிச் சாயவும் அவன் வழி கண்டுபிடித்துவிட்டான். இந்த நிலை ஏதோ பரவாயில்லை என்றாலும் மிக மிகச் சௌகர்யமா யிருப்பதாகவே அவன் நினைத்தான்.

இப்படியே போனால் என்னால் அதை ஒன்றும் செய்ய முடியாது; அதனாலும் என்னை ஒன்றும் செய்ய முடியாது.

ஒரு முறை படகுப் பக்கத்தில் சாய்ந்து சிறுநீர் கழித்தான்; நட்சத்திரங்களைப் பார்த்துத் திசையறிய முயன்றான். அவன் தோளிலிருந்து இடுப்பு வரை தூண்டில் கம்பி நெளியும் மின்னலைப் போல் பளபளத்தது. இப்போது படகு மெதுவாக நகர்ந்தது. ஹவானா ஏரியில் பளபளப்பு அதிகமில்லை. எனவே, நீரோட்டத்தில் படகு கிழக்கு நோக்கித்தான் போகவேண்டும். பழைய திசை நோக்கியே மீன் போய்க்கொண்டிருந்தால் இன்னும் பல மணி நேரத்திற்கு ஏரியின் மினுமினுப்புத் தீராது. பேஸ்பால் பந்தயம் என்னாயிற்றோ என்று அவன் எண்ணம் திடீரென மாறியது. ‘ஒரு ரேடியோ இருந்தால்...? இல்லை, நீ ஒன்றைப் பற்றித்தான், உன்

கடமையைப் பற்றித்தான் இப்போது சிந்திக்கலாம். முட்டாள் தனமாக வேறெதையாவது நினைக்காதே' என்று அவன் மனமே அவனை இடித்துக் கூறியது.

"பையனும் இருந்தால்... எனக்கும் உதவுவான்; இதைப் பார்த்துச் சந்தோஷமடைவான்" என்று உரக்கக் கூறிக்கொண்டான்.

"கிழ வயதில் யாரும் தனியாயிருக்கலாகாது; எனினும், வேறு வழியில்லையே. கெட்டுப் போகுமுன் அத்தூணி மீனைச் சாப்பிட வேண்டும். நான் திடமாயிருக்கவேண்டும். நினைவிருக்கட்டும்" என்று தனக்குத்தானே கூறிக்கொண்டான். இரவில் படகருகில் இரு கடல் முள்ளிகள் வந்தன. நீரில் அவை புரளும் சப்தமும், மூச்சு விடும் சப்தமும் அவனுக்கு நன்றாகக் கேட்டன. ஆண் முள்ளியின் ஊதுலைக் குரலையும், பெண் முள்ளியின் உயிர்ப்புறு விம்மலையும் வேறுபடுத்திக் காண்பது அவனுக்குச் சுலபமான காரியமே.

"அவை நல்லன, விளையாடுகின்றன, வேடிக்கை செய்கின்றன, காதல் புரிகின்றன – வரால் மீன்களைப்போல் இவையும் மனிதனது தோழர்களே" என்றான்.

பின், தன் தூண்டிலில் சிக்கிய பெரிய மீனைப் பற்றிப் பரிதாப முற்றான். ஆச்சரியமான, அதிசயமான அம்மீனின் வயதென்னவோ? இதுவரை இத்தகைய வலிமையான மீன் எனக்குக் கிடைத்ததில்லை; எந்த மீனும் இப்படி அபூர்வமாக நடந்து கொண்டதுமில்லை. ஒருவேளை அதற்குத் துள்ளிக் குதிக்க இஷ்டமில்லையோ? அவ்வாறு குதித்தாலும் வெறி கொண்டு துள்ளினாலும் என் பாடு ஆபத்தே. இது பலமுறை தூண்டிலிற் சிக்கித் தப்பிப் பழக்கப்பட்ட மீனோ என்னமோ? தப்பித்துக் கொள்ள இதுதான் சரியான வழி என்று எண்ணுகிறதோ என்னமோ? தனக்கு எதிரி ஒரு தனிப்பட்ட மனிதன், அதிலும் கிழவன் என்று பாவம் அதற்குத் தெரியாது. ஆஹா! எவ்வளவு பெரிய மீன்; அதன் இறைச்சி மட்டும் நன்றாயிருந்தால் அதிகமான லாபம் பெறலாம். தூண்டிலைக் கவ்விய வகையிலும், இழுத்துச் செல்லும் வகையிலும், அது ஒரு ஆண் மீன் என்றுதான் தோன்றுகிறது – அதன் போராட்டத்தில் பரபரப்போ, பயமோ எதுவுமில்லை. ஒருவேளை தப்பித்துக்கொள்ள ஏதாவது திட்டம் போடுகிறதோ, அல்லது என்னைப்போலவே வேறு வகையின்றித் தவிக்கிறதோ; யாருக்குத் தெரியும்?

முன்பொரு தரம் ஜோடியான சுருணை மீன்களில் ஒன்றைப் பிடித்தது அவன் நினைவுக்கு வந்தது. பொதுவாக ஆண் மீன்கள் பெண் மீன்களை முதலில் ஆகாரம் கொள்ள அனுமதிக்கும்; மாட்டிக்கொண்ட பெண் மீன் தவித்துத் தடுமாறிப் பரபரத்துப்

பயத்தால் பதறியது. அது ஓய்வடையும் வரையில் ஆண் மீனும் அதனுடன் சுற்றிச் சுற்றி வந்தது. எங்கே தன் கறுக்கரிவாள் போல் வளைந்து கூரான வாலால் தூண்டில் கயிற்றை அறுத்து விடுமோ என்று பயமாயிருந்தது. கண்ணாடியின் பின்புறம் பூசிய ரஸமுலாம் போல் சிவக்கும்வரை அதனைத் தடியால் அடித்தும், தலையை நசுக்கியும் பையன் உதவியில் படகில் இழுத்துப் போட்டான் கிழவன். இவ்வளவுக்கும் அந்த ஆண் மீன் படகின் அருகிலேயே வட்டமிட்டது. பின், அவன் தூண்டில் கயிறுகளைச் சரிசெய்து, குத்தீட்டியைத் தயாராய் எடுத்ததும் அது ஆகாயத்தில் எம்பித் தன் மனைவி என்னானாள் என்று பார்த்துவிட்டு ஆழத்தில் மூழ்கி மறைந்தது. அதன் செம்மஞ்சட் செதில்கள் அழகாயிருந்தன. அழகான மீனது, கடைசிவரையில் காத்திருந்தது.

அது மிக மிகத் துக்ககரமான சம்பவம். பையனுந்தான் துயரப் பட்டான். இருவரும் அம்மீனிடம் மன்னிப்புக் கேட்டவாறே அதை வெட்டித் துண்டு போட்டனர்.

'பையன் இப்போது இங்கு இல்லையே' என்ற வருத்தத்துடன் படகின் வளைந்த பலகையில் சாய்ந்தான் – இழுத்துச் செல்லும் மீனின் கனம் தூண்டில் கயிறு மூலம் அவன் தோளில் உறுத்தியது.

'தன் சதிக்குப் பதிலாக, எதிராக ஏதாவது செய்ய வேண்டும்' என்று அந்த மீன் கருதியிருக்கலாம்.

சதி செய்யும் வேலைகளுக்கும், தூண்டில் பொறிகளுக்கும் அப்பாற்பட்ட ஆழத்தின் இருளில் சௌகர்யமாக வாழ நினைத் திருக்கும்; யாராலும், உலகத்தில் எவராலும் ஆகாத அந்த ஆழத் திலுள்ள அதைப் பிடிக்க நான் தீர்மானித்துவிட்டேன். இப்போது எனக்கும் அதற்கும் பிணைப்பு ஏற்பட்டுவிட்டது. எனினும், எனக்கோ, அதற்கோ உதவி செய்ய யாருமில்லை.

நான் செம்படவனாகப் பிறந்திருக்கக் கூடாதோ என்னமோ? இல்லை, நான் பிறந்ததே அதற்காகத்தானே – ஆமாம்! விடியும் முன் வெளிச்சம் வந்ததும், ஞாபகமாய் அந்தத் தூணி மீனை நான் சாப்பிட வேண்டும். அவன் பின்புறமுள்ள தூண்டிலை ஏதோ கவ்வியிருக்க வேண்டும்; தூண்டில்கழி படகின் பக்கப் பலகைமேல் முறிந்த சப்தம் கேட்டது. அந்த இருட்டில் அப்பெரிய மீனின் பாரம் முழுவதையும் இடது தோளில் தாங்கியவனாய்த் தன் இடையில் சொருகியிருந்த கத்தியைப் பிரித்துப் பின்புறத் தூண்டில்கயிற்றை அறுத்துவிட்டான். அடுத்தாற்போலிருந்த மற்றொரு கயிற்றையும் அறுத்து இரண்டின் நுனிகளையும் ஒரே கையால் சாமர்த்தியமாக முடி போட்டான்; ஒன்றைக்காலடியில் அழுத்திக்கொண்டு முடிச்சலை

இறுக்கிவிட்டான். இப்போது அவனிடம் முடியிட்டுப் பிணைக்கப் பட்ட ஆறு கயிறுகள் தயாராய் இருந்தன – எப்போது வேண்டு மானாலும் உபயோகிக்கலாம்.

வெளிச்சம் ஆனதும் எண்பது கஜக் கயிறுகளையும் அறுத்துப் பிணைக்கவேண்டும். இதனால் நானூறு கஜ நூலும், தூண்டி முட்களும் நஷ்டமாகும். நஷ்டமானாலும் அவற்றை மறுபடியும் சம்பாதிக்க முடியும்; ஆனால், இதைப்போன்ற இன்னொரு மீன் கிடைக்குமா? சிறு மீன்களுக்கு ஆசைப்பட்டு இப்பெரு மீனை இழப்பதா? இப்போது தூண்டிலைக் கவ்வியது என்ன மீனா? தெரியவில்லை; சுருணையோ, அகல்வாயனோ, சுறாவோ? யாருக்குத் தெரியும்? தெரிய நேரமேது ; அவசரமாக அதைத்தான் அறுத்துவிட வேண்டி இருந்ததே.

'அந்தப் பையனும் கூட இருந்தால்' என்றான் உரக்க.

'அவன்தான் இல்லையே! நீ மட்டுமே இருக்கிறாய். இருட்டிலோ, வெளிச்சத்திலோ, மற்ற இரண்டு கயிறுகளையும் அறுத்துச் சேர்த்து விடு' என்று அவன் மனமே இடித்துரைத்தது.

அவனும் அவ்வாறே செய்தான்; அந்த மீன் ஒருமுறை சுண்டி இழுத்த இழுப்பில் கிழவன் குப்புற விழுந்துவிட்டான்; கண்ணுக் கடியில் ஒரு கீற்றுக் காயம், கன்னத்தில் ரத்தம் வழிந்தது; மோவாய்க்கு வருமுன்பே அது உலர்ந்து உறைந்தது. தன் தோளிலிருந்த சாக்கை மெதுவாய் நகர்த்தி, கயிற்றின் உறுத்தலை வேறு பகுதிக்கு மாற்றிய வாறே படகின் பின் பலகையில் சாய்ந்து, கயிற்றின் சுண்டல்களையும், படகின் ஓட்டத்தையும் கவனமாய்க் கண்காணிக்கலானான்.

'அந்த மீன் ஏன் அப்படிக் குதித்தது? ஒருவேளை மலை போன்ற அதன் முதுகில் கம்பி நூல் கிழித்துச் சறுக்கியதோ? என்னமோ? என் முதுகு வலியை விடவா அதன் முதுகு வலி அதிகமானது? எப்படி இருந்தாலும், அது எவ்வளவு பெரிய மீனானாலும் சரி, முடிவில்லாமல் இப்படகையும் இழுத்துக் கொண்டு அதனால் ஓட முடியாது. இனித் தடை ஒன்றுமேயில்லை; தேவையான கயிறுக ளிருக்கின்றன; ஒரு மனிதனுக்கு வேறென்ன வேண்டும்?'

மெதுவாகத் தனக்குத்தானே, 'மீனே! நான் சாகும் வரையில் உன்னை விடவேமாட்டேன்' என்று சொல்லிக்கொண்டான்.

'அதுவும் என்னைப்போலவே காத்திருக்கும். வெளிச்சம் வரட்டும். விடியும் முன் குளிர் அதிகம்.' உஷ்ணம் ஏறத் தன் உடலைப் படகுப் பலகையில் உறைத்துக்கொண்டான் கிழவன். 'அது சமாளிக்கும் வரையில் என்னாலும் சமாளிக்க முடியும்.' முதல் வெளிச்சத்தில்

தூண்டில்கயிறு நேராகத் தொங்கிக் கொண்டிருந்தது; படகு மெது வாய் நகர்ந்து கொண்டிருந்தது. சூரியனது விளிம்பு வெளிப்பட்டதும் வெளிச்சம் கிழவனது வலத்தோள்மேல் விளையாடியது.

'வடக்கு நோக்கிப் போகிறது மீன்' என்றான். 'நீரோட்டம் கிழக்கு நோக்கிச் செல்லவேண்டும். அந்த மீன் நீரோட்டத்தோடு போனால் நல்லது; அது களைத்துவிட்டதற்கு அடையாளம்' என்றெல்லாம் அவன் நினைத்தான்.

சூரியன் உதித்த பிறகும் மீன் களைத்ததாகத் தெரியவில்லை. இன்னும் நீரோட்டத்தின் குறுக்கேதான் நீந்தியது. ஒரே ஒரு நல்ல செய்தி, கயிறு சாய்ந்திருந்தது; எனவே, மீன் ஆழத்தைவிட்டு மேலே வந்து மிதக்கவேண்டும். இதனாலேயே அது துள்ளிக் குதிக்கும் என்று கூற முடியாது; எனினும், குதித்தாலும் குதிக்கலாம்.

"தெய்வமே! அது குதிக்கக் கூடாதா; விட்டுப்பிடிக்கவேண்டிய கயிறிருக்கிறது" என்றான்.

'ஒருவேளை கயிற்றைக் கொஞ்சம் சுண்டி இழுத்தால் வலி எடுத்து அது துள்ளினாலும் துள்ளலாம். இப்போது, நல்ல பகல் வெளிச்சத்தில் அது துள்ளிக் குதிக்கட்டும்; அதன் முதுகுப்புறமுள்ள செதிலிப் பைகளில் காற்று நிரம்பட்டும்; அப்புறம், சாவதற்காகக்கூட அது ஆழத்திற்குப் போக முடியாதல்லவா?'

கயிற்றை இழுக்க முயன்றான்; மீன் சிக்கியது முதல் இதுவரை யில் நெட்டு நெறித்திருந்ததாகையால் இன்னும் இழுத்தால் முறுக் கவிழ்ந்து போகலாம். தன் முதுகில் கயிற்று முறுக்கின் நெறித்த தன்மையை உணர்ந்தான். இதற்கு மேல் அவனால் இழுக்க முடியாது. 'நான் தூண்டிலை அசைய விடக் கூடாது. ஒவ்வொரு அசைவும் தூண்டில் கொக்கியின் கிழிசலை அதிகமாக்கும். அது துள்ளிக் குதிக்கும் போது தப்பினாலும் தப்பிவிடலாம். எதற்கும் சூரியன் வந்தாயிற்று; அதன் ஒளியும் சுகமாயிருக்கிறது; சூரியனை நேருக்கு நேராகப் பார்க்க வேண்டிய அவசியமுமில்லை.' தூண்டில் கயிற்றில் கடலின் மஞ்சி நாணல்கள் சுற்றிக்கொண்டிருந்தன; அது நல்லதுதான். அதனால் கயிற்றின் கனம் அதிகமாகிறது. இரவில் மின்னி மினுக் கியது இந்த நாணற்புற்களே.

"மீனே! உன்மேல் எனக்குப் பிரியமே. உன்னை நான் கௌர விக்கிறேன். ஆனால், இன்று அஸ்தமனத்திற்குள் உன்னைக் கட்டாயம் கொன்றுவிடுவேன்" என்று கூறிக்கொண்டான்.

அப்படியே நம்புவதால் தவறென்ன என்று எண்ணினான்.

அப்போது வடக்கிலிருந்து ஒரு சிறிய பாடும் பறவை படகை நோக்கிப் பறந்து வந்தது. அது சோர்ந்துள்ளதைக் கிழவனால் உணர முடிந்தது.

அது படகின் முன்புற விளிம்பில் உட்கார்ந்தது; அப்புறம் கிழவன் தலைக்கு மேல் சுற்றிச் சுற்றி வந்தது; பின் தூண்டில் கயிற்றின் மேல் தங்கியது.

"உன் வயதென்ன? இதுதான் நீ முதல் முதலாகக் கடலின் மேல் பறப்பதா?" என்று கேட்டான் கிழவன்.

அதுவும் அவன் பேசுவதை அறிந்ததுபோல் அவனைப் பார்த்தது. தான் நிற்கும் கயிற்றின் நுண்மையைக் கவனிக்கவில்லை; மெல்லிய விரல்களால் இறுகப் பற்றிக்கொண்டது.

"கயிறு அசங்கவில்லை; கொஞ்சங்கூட அலுங்கவில்லை; காற்றில்லாத இரவின் பின் இவ்வளவு களைத்துப் போகலாமா? பறவைகள் வாழ்க்கை ஏனிப்படி மாறிவிட்டது" என்றான்.

ஆம், பருந்துகள்! பருந்துகள் அவற்றைத் துரத்துகின்றனவே என நினைத்தான்; வெளிப்படையாகக் கூறவில்லை; கூறினாலும் அதற்கு அர்த்தமாகாது; பாவம், இன்னும் கொஞ்சநேரத்தில் அது பருந்துகளின் பயங்கரத்தைத் தானாகத் தெரிந்து கொள்ளும். "சின்னஞ்சிறிய பறவைச் சிறுமியே! நன்கு இளைப்பாறு! பின் வாழ்க்கை உனக்களிக்கும் சந்தர்ப்பத்தை மனிதனைப் போலும், பறவைகளைப் போலும், மீன்களைப் போலும் தைரியமாய் ஏற்றுக் கொள்" என்று கூறினான்.

பேசுவது சுகமாயிருந்தது; இரவுக் குளிரில் இறுகிய முதுகு வலி இப்போது அதிகரித்தது; அதை மறக்கத் தனக்குத்தானே பேசிக் கொண்டான்.

"சின்னச் சிட்டே! வேண்டுமானால் என் வீட்டில் தங்கு. பாய் விரித்து லேசான காற்றில் உன்னை அழைத்துச் செல்ல முடியாததற்கு வருந்துகிறேன். நீ என் நண்பன்" என்றான்.

அப்போது திடீரென்று அந்த மீன் விலுக்கென்று ஒரு இழுப்பு இழுத்தது. கிழவன் படகின் பலகை மேல் சாய்ந்தான்; சமாளித்துக் கொண்டு கயிறு விடாவிட்டால் கடலில் விழுந்தே இருப்பான்.

கயிறு அசைந்ததும் பறவை ஓடிவிட்டது; கிழவன் அதைக் கவனிக்கவில்லை; வலக் கையால் கயிற்றைத் தடவினான்; கையில் ரத்தம் வழிவதைக் கவனித்தான்.

“ஏதோ, அதன் வலியை அதிகமாக்கி இருக்கும்” என்றான். முறுக்குகள் நெக்குவிடும் அளவுக்குக் கயிற்றை இழுத்தான்; இனி இழுத்தால் கயிறு அறுந்துவிடும்; இதே நிலையில் நிதானமாகச் சாய்ந்து காத்துக் கொண்டிருந்தான்.

“இப்போது உனக்கும் கஷ்டம்; கடவுள் சாட்சியாக எனக்கும் கஷ்டமாய்த்தான் இருக்கிறது” என்றான்.

சுற்றுமுற்றும் பார்த்தான். பறவையைக் காணோம். அதுவும் துணைக்குக் கூட இருந்தால் எவ்வளவு நன்றாயிருக்கும்.

அது அதிக நேரம் தங்கவில்லை. ‘பாவம், கரை தட்டும் வரையில் அதற்குச் சிரமந்தான். அந்த மீன்விலுக்கியதில் என் கை வெட்டுப்படும் அளவிற்கு ஏன் நான் கவனக் குறைவாயிருந்தேன்? ஒருவேளை நான் அசடனாகிறேனா? இல்லை, அந்தப் பறவையையே நினைத்துக் கொண்டிருந்தேனா? இனிமேல் வேலையிலேயே கண்ணாயிருப்பேன். ஆம், ஆம்; தூணி மீனை உண்டு உடலுரம் குன்றாமல் பார்த்துக்கொள்ள வேண்டும்’ என்றெல்லாம் எண்ணினான்.

“பையனும் கூட இருந்தால், அத்துடன் கொஞ்சம் உப்பும் இருந்தால் தேவலை” என்று உரக்கக் கூறினான்.

தூண்டில் பாரத்தை இடது தோளிற்கு மாற்றிவிட்டு, அதிஜாக்கிர தையாக மண்டியிட்டுப் பலகை மேல் சாய்ந்து தன் காயம்பட்ட கையைத் தண்ணீரில் முக்கினான்; ரத்தம் வழிந்தோடி உறைந்தது; படகு நகர, நகரும் தண்ணீரின் சலசலப்பு இதமாயிருந்தது.

‘மீனின் வேகம் குறைந்துவிட்டது.’

இன்னும் சிறிதுநேரம் உப்பு நீரில் தன் கையை அமுக்கிக் கொண்டி ருக்க அவனுக்கு ஆசைதான்; எனினும், அந்த மீன் மறுபடியும் விலுக்கினால் என்ன செய்வது; எனவே எழுந்தான்; கையைச் சூரிய னொளியில் உலர்த்தினான். இது வெறும் கம்பி நூற் காயமே; ஒன்றும் பிரமாதமாயில்லை. ஆயினும், கைப் பிடியிலல்லவா காயம் பட்டு விட்டது; இந்தப் போராட்டத்தில் தன் கைகளின் அவசியம் அவனுக்குத் தெரியும். எனவே, அவற்றில் காயம் பட அவன் விரும்ப வில்லை.

கை உலர்ந்ததும், “ஆம், இப்போதே அத்தூணி மீனைச் சாப்பிட்டு விட வேண்டும். என் துடுப்பால் மெதுவாய் எடுத்துச் சாப்பிடலாம்” என்றான்.

மண்டியிட்டுத் தூண்டிலிற்படாமல் லாவகமாய்த் தூணி மீனைத் தன்பால் இழுத்தான். மறுபடியும் தூண்டிலை இடத் தோளுக்கு மாற்றி உடற்பாரத்தை இடக்கரத்தில் சாய்த்து துடுப்பை

அதனிடத்தில் வைத்து விட்டு, ஒரு முழந்தாளால் தூணி மீனை அழுத்திக் கொண்டு, தலைமுதல் வால்வரை ஆறு நீளத் துண்டுகளாக அறுத்து, அவற்றைப் படகுப் பலகையில் பரப்பி, கத்தியைக் கால் சட்டையில் துடைத்துவிட்டு, மீனின் எலும்புக் கூட்டைக் கடலில் எறிந்தான்.

"முழு மீனையும் என்னால் சாப்பிட முடியாதென்று தோன்று கிறது" என்றான். கத்தியால் ஒரு துண்டத்தை அறுத்தான். இடது கையில் பிடித்திருந்த தூண்டில் கயிறு கனத்தது; அக்கனத்தில் கை மரத்துவிட்டது; அதைக் காண அவனுக்கு அருவருப்பு உண்டாயிற்று.

"இது என்ன கை? மரத்துப் போக வேண்டுமா? போ! வேண்டு மானால் கழுகுக் கால்களைக் கொக்காணியான் கொக்கியாய் விடு. அதனால் உனக்கு யாதொரு நன்மையும் ஏற்படாது" என்றான்.

'வா, மீனைச் சாப்பிடு' என்றவாறே சரிந்துள்ள தூண்டில் கயிற்றை நோக்கினான். மீனை உண்டால்தான் கைக்குப் பலம் வரும்; பல மணி நேரமாக அம்மீனுடன் போராடுவது கையின் குற்றமா? அதற்குப் பலம் வேண்டாமா? இன்னும் பல மணி நேரம் போராட வேண்டுமே; எனவே, இந்த மீன் உணவு அதற்குச் சக்தி தரட்டும்.

ஒரு துண்டை வாயில் போட்டுக்கொண்டு மெதுவாய் மென்று சுவைத்தான்; ருசியாயிருந்தது.

"நன்றாக மென்று சாப்பிடு. அதன் சத்தெல்லாம் உன் உடலில் ஊறட்டும்; கொஞ்சம் எலுமிச்சம் பழமும் உப்பும் இருந்தால் நன்றா யிருக்கும். ஆனால், என்ன செய்வது?"

"கையே! இப்போது எப்படி இருக்கிறது? உனக்காக இன்னும் கொஞ்சம் சாப்பிடட்டுமா?" என்று சாவென விறைத்துச் சாம்பிய தன் கையைப் பார்த்துக் கேட்டான்.

மற்றொரு துண்டையும் உண்டு தோலைத் துப்பினான்.

"எப்படி இருக்கு? இதற்குள் சொல்ல முடியாதா?" என்று மறு படியும் தன் கையுடன் பேசினான்.

இன்னொரு முழுத் துண்டை வாயிலிட்டு மென்றான்.

"நல்ல ரத்தக் கொழுப்பு நிறைந்த மீனிது. கடற்பன்றி கிடைத் திருந்தால் இனிப்பாயிருக்கும். எனினும், இதிலுள்ள சத்து அதில் கிடையாது."

"காரியத்தில் கண்ணாயிருக்க வேண்டுவதுதான் முக்கியம். கொஞ்சம் உப்பாவது இருந்தால் இல்லை, வெய்யிலில் இந்தத்

துண்டுகள் உலருமோ, அழுகுமோ தெரியாது. எனவே, பசித்தாலும் பசிக்காவிட்டாலும் முழுவதையும் சாப்பிட்டு விட வேண்டும். மீனும் அமைதியாகத்தானே இருக்கிறது? – ஆம்! முழு மீனையும் தின்று தயாராகிறேன்."

"கையே! பொறுமையா இரு! உனக்காகத்தான் இதைச் செய்கிறேன்."

"அந்தப் பெரிய மீனுக்கும் ஏதாவது உணவு கொடுத்தால் நல்லதுதான். அதுவும் என் சகோதரனே. எனினும், அதைக் கொன்றேயாக வேண்டும்; அதற்கு எனக்குச் சக்தி வேண்டும்" என அகல் போன்ற அத்துண்டங்கள் யாவற்றையும் தின்றான்.

நிமிர்ந்து நின்றான், கால்சட்டையில் கையைத் துடைத்துக் கொண்டான்.

"இப்போது, கையே! நீ கயிற்றை விட்டுவிடலாம்; உன் விறைப்புத் தீரும்வரை நான் என் வலக்கையாலேயே சமாளித்துக் கொள்வேன்" என்று இடக்காலால் கயிற்றை அழுத்திக்கொண்டு முதுகு வலி தெரியாதபடி பலகைமேல் சாய்ந்தான்.

"கை விறைப்பு நீங்கக் கடவுள் தயை செய்யட்டும்; ஏனெனில், அந்த மீன் என்ன செய்யப்போகிறதோ? தெரியாதே!"

"அது அமைதியாய்த்தானிருக்கிறது; நிதானமாக ஏதோ திட்டம் போட்டு வேலை செய்கிறது. ஆமாம், அதன் திட்டமென்ன? என் திட்டமென்ன? அதுவோ பெரிய மீன். அதற்கேற்றபடி என் திட்டத்தை மாற்றியமைக்க வேண்டும். குதித்துக் கும்மாளமிட்டால் அதைக் கொன்றுவிடலாம். அதுவோ சும்மாயிருக்கிறது; அதனுடன் நானும் சும்மா இருக்கத்தான் வேண்டும்."

கால்சட்டையில் தேய்த்து மரத்துப்போன கைக்குச் சூடேற்ற முயன்றான்; மெதுவாய் விரல்களை விரிக்கப் பார்த்தான்; முடிய வில்லை. 'வெய்யிலேற ஏற அது தானாகத் திறக்கலாம்; அல்லது, உண்ட தூணி மீன் சத்து ஜீரணமானதும் உறுதி பெற்று விரியலாம். அவசியமானால் என்னானாலும் சரி விரல்களை விரித்தே தீருவேன். ஆனால், இப்போது பலவந்தமாக அவ்வாறு செய்ய நான் விரும்ப வில்லை. அது தானாகத் திறக்கட்டும்; நேற்றிரவு அதை ரொம்பச் சிரமப்படுத்திவிட்டேன்.'

கடற்பரப்பைக் கண்ணால் அளந்தான். தன் தனிமையை உணர்ந்தான். கடலின் கரிய ஆழத்தில் ஒளி கண்ணாடித் துண்டுகள் போல் பளபளப்பதைக் கண்டான்; அசைவற்ற கடலின் அதிசயமான ஊஞ்சலாட்டத்தையும் உணர்ந்தான். மேகங்கள் கவிந்து பருவக்காற்று

தயாராகிறது; வான விளிம்பில் மறைந்தும் வெளிப்பட்டும் காட்டு வாத்துக்கள் பறக்கின்றன. கண் உள்ளவனுக்குக் கடலில் தனிமை இல்லை.

கடல் நடுவில், கரைகாணாத சமயங்களில் சிலர் பயப்படுவது அவனுக்குத் தெரியும்; புயலடிக்கும் மாதங்களில் அந்தப் பயம் நியாயமானதே; ஆனால், புயலில்லாத காலமே வலையர்களுக்கு ரொம்ப ரொம்ப நல்ல நாட்களாகும்.

பல நாட்களுக்கு முன்பாகவே புயல் தன் வருகையை வானப் பரப்பில் பல குறிப்புகளைக் காட்டி அறிவித்துவிடும் – கடலிடையே இது சர்வ சகஜமானது. கரையில், நிலத்தில் இருப்பவர்களுக்கு இது தெரிவதில்லை; அங்கும் மேகக் கூட்டங்களில் ஏதாவது மாறுதல் இருக்கத்தான் இருக்கவேண்டும். எப்படியானாலும், இது புயல் வரும் நேரமல்ல என்றெல்லாம் எண்ணினான்.

வானத்தில் வெண்மேகங்கள் உறைபனிப்படலங்கள் அடுக்கியது போல் பரந்திருந்தன; அவற்றின்மேல் இழை முகில்கள் சிதறிச் சிலிர்சிலிர்த்தன.

"மென்மையான மேகப் பஞ்சுகள்! இந்தப் பருவ நிலை உன்னைக் காட்டிலும் எனக்கே அதிக உதவியானது" என்று மீனிடம் கூறினான்.

அவனது இடது கையில் விறைப்பு அப்படியேதானிருந்தது; எனினும், அவனை அறியாமலே மெதுவாய் விரல்களை விரித்துக் கொண்டிருந்தான்.

கைகால் மரத்துப்போவது அவனுக்குப் பிடிக்கவே பிடிக்காது. அதைத் தன் உடலே தனக்குத் துரோகம் செய்வதாக நினைத்தான். அஜீரணத்தால் வாந்தி எடுப்பது மற்றவர்களுக்கு அருவருப் பாயிருக்கும்; தனிமையில் கைகால் பிடித்துக்கொள்வது ஒருவனைத் தன்னைத்தானே அருவருக்கச் செய்தது.

பையனிருந்தால் கையைப் பிடித்துவிட்டுச் சரிப்படுத்தி விடுவான்; இல்லை, அது தானாகச் சரியாகிவிடும்.

அப்போது தன் வலது கையால் கயிறு இழுக்கப்படுவதையும், நீரில் அதன் சரிவு மாறுவதையும் அவன் உணர்ந்தான். முன்பக்கம் கயிற்றின்மேல் சாய்ந்தவாறே இடக்கையைத் துடையில் ஓங்கித் தட்டிக்கொண்டான். தூண்டில் வரி மேல்நோக்கி எழுந்தது.

"அது மேலே வருகிறது. கையைச் சரியாய் விடு. தயாராயிரு" என்று கூறிக் கொண்டான்.

தூண்டில் வரி மெதுவாய், நிதானமாய் மேல் நோக்கி வந்தது. கடல் பரப்புப் பிதுங்கியது. மீன் வெளிப்பட்டது; இல்லை, வெளிப் பட்டுக்கொண்டே இருந்தது; அதன் முதுகிலிருந்து ஜலம் வழிந்தது. காலை ஒளியில் அதன் ஊதா நிற உடலும் தலையும் ஒளி விட்டுப் பிரகாசித்தன. அகன்ற செம்மஞ்சட் செதில்கள் மினுமினுத்தன; பந்தடிக்கும் துடுப்புப் போன்று பெரிதாய், நீண்டு, 'ரேஸர்' போன்று கூரான அதன் வாலும் வெளிப்பட்டது. இவ்வாறு உடல் முழு வதையும் நீர் மட்டத்திற்கு மேல் தூக்கிய அது, நீர்மூழ்கி நிபுணர் களைப்போல் தலைகீழாகத் தண்ணீரில் மறுபடியும் ஆழ்ந்தது; தூண்டில் கயிறும் துண்ணென்று தோய்ந்து சரிந்தது.

"அது படகைக் காட்டிலும் இரண்டடி நீளமானது" என்று தனக்குள் கூறிக்கொண்டான். கயிறு வேகமாகச் சரிந்தாலும் நிதானம் தவறவில்லை; அந்த மீனும் பயப்படுவதாகத் தெரியவில்லை. கயிற்றை இரு கையாலும் பற்றி இறுக்கிப் பிடித்தான். இல்லாவிடில் கயிற்றை இழுத்துக்கொண்டு அது அறுத்தாலும் அறுத்துவிடும்.

"மிகமிகப் பெரிய மீன்; என் பலத்தை அது உணரும்படிச் செய்ய வேண்டும். அது தன் வலிமையை அறியக்கூடாது. நான் அந்த மீனாயிருந்தால் இப்போது என்ன செய்வேன்? ஏதாவது அறுந்து உடையும்வரையில் ஓடிக்கொண்டே இருப்பேன். ஆனால், கடவுள் புண்ணியத்தால், அதைக் கொல்லும் மனிதனுக்குள்ள மூளை அதற்குக் கிடையாதே-எனினும் அது மேன்மையானதே, வலிமை மிக்கதே."

கிழவன் எத்தனையோ பெரிய மீன்களைப் பார்த்திருக்கிறான்; ஆயிரம் பவுண்டு எடையுள்ள மீன்களையும் கண்டிருக்கிறான்; இரண்டைப் பிடித்துமிருக்கிறான். ஆனால், தனியாயல்ல. இப்போதோ கரைகாணாக் கடல் நடுவில், கண்டும் கேட்டுமிராத மகாப் பெரிய மீனொன்றோடு தன்னந்தனியாய்ப் போராடுவதென்றால்-அதுவும் அவனது இடது கைக் கழுகு கால்களைப் போல் மடங்கி முடங்கி யிருக்கும்போது?

"கை சரியாய்விடும்; வலது கைக்கு உதவியாக வந்துவிடும்; இந்த விவகாரத்தில் மூன்று சகோதரர்கள்-என் கைகளிரண்டும் மீனொன்றும். எப்படியோ கை சரிப்பட்டுத்தான் ஆகவேண்டும். மரத்துப்போவது அதன் மதிப்புக்கே இழிவானது. இப்போது மீனின் வேகமும் குறைந்துவிட்டது. பழையபடியே மெதுவாய்ப் போகிறது. அது ஏன் அப்படிக் குதித்தது? ஒருவேளை தான் எவ்வளவு பெரியவன் என்பதை எனக்குக் காட்ட விரும்பியதோ? எப்படியானாலென்ன, அதை நான் பார்த்தாயிற்று. நான் எப்பேர்ப்பட்ட மனிதன் என்பதை

நற்றிணை பதிப்பகம் • 41

அதற்குக் காட்டவேண்டும். ஆனால், என் மரத்துப்போன கையை அது கண்டுவிட்டால்? கூடாது, என்னைப் பெரியவன் என்றே அது நினைக்க வேண்டும் – நானும் பெரியவனாகவே இருப்பேன். நான் அந்த மீனாயிருந்தால் எவ்வளவு நன்றாயிருக்கும்; என் பிடிவாதத்தை யும், கெட்டிக்காரத்தனத்தையும் தவிர அதை வெற்றிகொள்ள என்னிடம் வேறு என்ன உண்டு."

படகுப் பலகைமேல் சௌகர்யமாகச் சாய்ந்து கொண்டான்; உடம்பு வலியைச் சமாளித்துக் கொண்டான். மீன் நிதானமாக நீந்தியது. கீழ்க் காற்றில் கடல்மேல் கடலாய் ஒரு சிறுகடல் நுரைகக்கிக் கொந்தளித்தது. நடுப்பகலில் இடது கையின் மரமரப்பு நீங்கியது.

"மீனே! உனக்குக் கேடுகாலந்தான்" என்று தோளிலிருந்த சாக்கு களைச் சரிப்படுத்திக் கொண்டான்.

சௌகர்யமாயிருந்தது; ஆனால் வலியும் குறையவில்லை; எனினும், வலிப்பதை அவன் ஒப்புக்கொள்ளத் தயாராயில்லை.

"நான் பெரிய பக்திமானல்ல, எனினும் அம்மையப்பராகிய கடவுளையும் கன்னி மேரியையும் பத்து முறை கூப்பிடத் தயார் – இந்த மீனைப் பிடித்தேயாகவேண்டும். பிடித்தால் 'கோப்ரே' கன்னியம்மன் கோவிலுக்கு யாத்திரை செய்வேனென்று சத்தியம் செய்கிறேன்" என்று கூறிக்கொண்டான்.

மெதுவாகத் தோத்திரங்களை முணுமுணுத்தான். சோர்வினால் மறதியேற்படும்போது மந்திரங்களை வேகமாகத் தட்டிக்கொண்டு போவான். கடவுளைக் காட்டிலும் கன்னி மேரியைக் கூப்பிடுவது சுலபமாயிருப்பதாக அவன் நினைத்தான்.

"கருணை நிறைந்த கன்னியம்மனே வாழ்க! கடவுள் உன்னுட னேயே இருக்கிறார். பெண்களில் முதல்வியான பெண் தெய்வம் நீயே! உன் கருவிலுள்ள கனியான ஏசுவே மனிதர்களில் புனித மானவர். புண்ணிய மரியாத் தேவியே! கடவுளின் தாயே! பாவி களாகிய எங்களுக்காக வாழ்விலும் மரணத்திலும் பிரார்த்தனை செய். ஆமன்" என்று பின்னும், "புனிதக் கன்னியே! இந்த மீன் சாக வரம் கொடு – அதிசயமான மீனானாலும் இது சாகத்தான் வேண்டும்" என்றும் வணங்கினான்.

பிரார்த்தனையினால் உடலுக்கும் மனசுக்கும் தெம்பு உண்டா யிற்று; எனினும், துன்பமும் தீரவில்லை – ஓரளவு அதிகமென்றே கூற வேண்டும். இருப்பினும் படகுப் பலகையில் பதிவாகச் சாய்ந்த வாறே இடது கை விரல்களை மடக்கிச் சொடுக்கிவிட்டான். இளங்காற்று வீசினாலும் வெய்யிலும் அதிகமாயிருந்தது.

“படகின் முன்புறத்தில் அச்சிறிய தூண்டிலைக் கண்ணி வைத்துக் கடலிலிடுவது நல்லது. இன்னும் ஒரு இரவு பூராவும் இந்த மீன் என்னை ஏமாட்டங்காட்ட நினைத்துவிட்டால் உணவுக்கு என்ன செய்வது? தவிர, புட்டியில் தண்ணீரும் குறைந்துவிட்டது. இங்கு கடல் பன்றியைத் தவிர வேறொன்றும் கிடைக்காது. பிடித்த புதிதில் தின்றால் பாதகமில்லை. பறக்கும் வரால் கிடைத்தால் நல்லதுதான். அவற்றை வரவேற்க என்னிடம் விளக்கில்லையே. அவற்றைப் பச்சையாகவே தின்னலாம்; கூறு போட வேண்டிய அவசியம்கூட இல்லை. இப்போது என் பலத்தையெல்லாம் சேமித்து வைக்க வேண்டும். இயேசுவே! இது இவ்வளவு பெரிய மீன் என்று நான் நினைக்கவில்லையே.”

“எவ்வளவு பெரியதானாலும் சரி, எவ்வளவு பெருமை உள்ள தானாலும் சரி, அதை நான் கொன்றே தீருவேன்” என்று தனக்குத் தானே கூறிக்கொண்டான்.

“நியாயமோ, நியாயமில்லையோ, ஒரு தனி மனிதனால் என்ன செய்ய முடியும்? எவ்வளவு தூரம் சமாளிக்க முடியும் என்பதை அந்த மீனுக்கு அறிவுறுத்தியேயாக வேண்டும்.”

“பையனிடம் நான் ஒரு அதிசயமான கிழவன் என்றேன்; அவ்வார்த்தைகளை நிரூபிக்கும் நேரம் வந்துவிட்டது.”

ஆயிரம் தடவை அவன் அதை நிரூபித்திருக்கிறான். அதெல்லாம் பெரிதல்ல. இந்தத் தடவை நிரூபிப்பதுதான் பெரிது. ஒவ்வொரு முறையும் புதுப்புது அனுபவமாய்த்தானிருந்தன; அப்போதெல்லாம் அவன் சென்றதைச் சிந்தித்துக் கவலைப்பட்டதில்லை. இப்போதும் பழைய பெருமைகளை நினைத்துப் பயனென்ன?

“அதுவும் தூங்கினால், நானும் தூங்கினால், தூக்கத்தில் சிங்கங் களைப்பற்றிக் கனவு கண்டால்” – என்றெல்லாம் அவன் எண்ண லானான். ‘இப்போது கனவில் சிங்கம் மட்டுமே தோன்றுவதேன்? கிழவனே! அதையே எண்ணி எண்ணி ஏங்காதே!’ என்று அவன் மனமே அவனை இடித்துரைத்தது. ‘ஒன்றையும் சிந்தியாமல் ஓய்வெடுத்துக்கொள். மீன் ஓடிக்கொண்டேயிருக்கிறது, நீ மனத்தை வாட்டிக்கொள்ளாமல் நிம்மதியாயிரு.’

மாலை நேரமாகியும் படகு மெதுவாய், நிதானமாய் நகர்ந்து கொண்டேயிருக்கிறது. கீழ்க்காற்றில், படகின் அசைவில், அலை யாட்ட மென்மையில், முதுகு வலிகூட லேசாவது போல் அவனுக்குத் தோன்றியது.

ஒருதரம் தூண்டில் வரி மேலே கிளம்பியது; மீனும் கொஞ்சம் மேல் மட்டமாக நீந்தியது. மாலை வெய்யில் கிழவனது இடக் கையிலும், தோளிலும், முதுகிலுமாக விளையாடியது. எனவே, மீன் வட கிழக்கே திரும்புகிறது என்று உணர்ந்து கொண்டான். ஒருதரம் அந்த மீனைப் பார்த்துவிட்டானல்லவா? ஆகவே, கருங்கடல் ஆழத்தின் இருட்டில் அகன்ற சிறகுகள்போல் விரிந்த ஊதாச் செதில்களோடும், நெட்டு நேரான வெட்டரிவாள் வாலோடும், நீரைக் கிழித்துக்கொண்டு அந்த மீன் செல்வதை அவனால் கற்பனை செய்ய முடிந்தது. 'அந்த ஆழத்தில் அதற்கு அவ்வளவு தூரம் கண் தெரிகிறதே. அதனிலும் சிறிய கண்களை உடைய குதிரைகளுக்குக்கூட இருட்டில் நன்றாகக் கண் தெரியும். நான்கூட ஒரு காலத்தில் இருளில் நன்றாகப் பார்ப்பேன்—கும்மிருட்டில் அல்லதான்; இள இருட்டில் பூனையைப்போல் என் கண்களுக்கு எல்லாம் தெரிந்தன.'

சூரியனொளியும், சொடுக்குதலும் அவனது இடது கையின் மரமரப்பை நேராக்கிவிட்டன. கயிற்றுப்பாரத்தை மெதுவாய் அக் கைமேல் போட்டுத் தோளைக் குலுக்கி முதுகு வலியை வேறிடத்திற்கு மாற்றிச் சரி செய்து கொண்டான்.

"மீனே! இன்னும் உனக்கு ஆயாசம் ஏற்படவில்லை என்றால் நீ விசித்திரமானதோர் மீனே" என்று உரக்கக் கூறினான்.

சோர்வு மிகுந்துவிட்டது; சீக்கிரம் இரவு வந்துவிடும்; எனவே வேறு விஷயங்களில் அவன் நினைவு ஓடியது; பேஸ்பால் பந்தயத் தைப் பற்றி எண்ணலானான். அப்போது நியூயார்க் யாங்கிகளும் டெட்ராயிட் டைகர்களும் போட்டியிட்டு விளையாடுகின்றனர் என்பது அவனுக்குத் தெரியும்.

"பந்தய முடிவுகளைக்கூடத் தெரியாமல் நான் காலங்கழிப்பது இதுதான் முதல் தடவை—இரண்டு நாட்களாகி விட்டன. ஆனாலென்ன, நம்பிக்கை வேண்டும். குதிமுள்ளின் குத்து வலியையும் பொறுத்துக்கொண்டு பந்தாட்டக்கார டிமேக்கியோ தன் கடமை களைச் சிறப்பாகச் செய்யவில்லையா? அவருக்கேற்றவனாக நானும் இருக்கவேண்டும். குதி முள்ளென்ன? சண்டைக் கோழியின் தலையில் கட்டியுள்ள குத்து முள் போன்றதா? கோழியைப் போல் குத்து முள்ளுடன் ஒரு கண்ணிழந்து, சில சமயத்தில் இருகண் பார்வை யையும் இழந்து என்னால் சமாளித்துச் சண்டையிட முடியுமா? பெரிய பறவைகளையும், விலங்குகளையும் ஒப்பிடும்போது மனிதன் அல்பமானவனே. இருந்தும் நான் ஆழத்திலுள்ள அந்த மீனாக இருக்கக்கூடாதா?"

“சுறா மீன்கள் வந்தால் கடவுள்தான் என்னையும் அந்த மீனையும் காப்பாற்ற வேண்டும்” என்றான் உரக்க.

“என்னைப்போல் இத்தனை நேரம் இந்தப் பெரிய மீனோடு டிமேக்கியோவால் போராட முடியுமா? முடியும் – அவன் வாலிபன், வலிமை மிகுந்தவன்; தவிர, அவன் தந்தையும் ஒரு வலைஞனே யல்லவா? ஆனால், குதிமுள் அவனை அதிகமாக உறுத்துமோ!”

“எனக்கெப்படித் தெரியும்; ஒருமுறைகூடக் காலில் நான் குதிமுள் அணிந்ததில்லையே” என்று கூறினான்.

அஸ்தமன சமயத்தில் அவன் நம்பிக்கை அதிகரிக்கும்படியாய் காஸப்ளாங்காச் சாவடியில் பலமிக்க செய்னியூகோ நீக்ரோவோடு கைமடக்கு பந்தயமாடியது அவன் நினைவுக்கு வந்தது. அந்த நீக்ரோவைப்போல் பலசாலி அந்தப் பக்கத்திலேயே இல்லை என்பர். மேஜைமேல் சாக்குக் குச்சியால் கோடிட்ட குறிப்பில் முழங்கை ஊன்றி, கைவிரல்களை இறுக மூடிக்கொண்டு தோளில் வைத்துக் கொள்வர். ஒருவர் மற்றொருவர் கையை மேஜை மேல் படிய வைக்கவேண்டும்–இதுவே பந்தயம். இது ஆரம்பித்து ஒரு பகலும் ஒரு இரவும் கழிந்தது. மண்ணெண்ணெய் விளக்கொளியில் மக்கள் வந்து கொண்டும் போய்க்கொண்டுமிருந்தனர்–பந்தயத் தொகை ஏறிக்கொண்டே போயிற்று. அவன் அந்த நீக்ரோவின் கையையும் முகத்தையுமே கவனித்துக் கொண்டிருந்தான். எட்டு மணி நேரத்துக் கப்பால் நாலு மணிக்கொருவராகத் தீர்ப்பாளர்களை நியமித்தனர். தீர்ப்பாளர் தூங்க வேண்டுமல்லவா? இருவரது நகக் கண்களும் பிதுங்கி ரத்தம் வழிந்தது. இருவரும் நேருக்கு நேர் சலியாது சாயாது நோக்கினர். பந்தயங்கட்டியவர்கள் வந்து வந்து பார்த்துப் போயினர்; சிலர் சுவரோரம் உயர்ந்த நாற்காலிகளில் உட்கார்ந்து பந்தயத்தைக் கவனித்தனர். மரத்தாலான அந்தச் சுவர்களில் பளபளப்பான நீல வர்ணம் பூசியிருந்தது. அதன்மேல் காற்றிலாடும் சிமினி விளக்குகளின் நிழல்கள் ஊசலாடின. அந்த நீக்ரோவின் பெரிய நிழல் விளக் காட்டத்திற்கேற்ப விளையாடியது.

அங்குள்ளவர்களில் சிலர் கிழவன் கட்சி, சிலர் நீக்ரோவின் கட்சி–பந்தய நிலைமை மாறிக்கொண்டே இருந்தது. நீக்ரோவின் ஆட்கள் அவன் வாயில் ‘ரம்’ மதுவை ஊற்றிச் சிகரெட்டையும் பற்ற வைப்பர். ஒரு தடவை அவன் ரம் வெறியில் கிழவனது – உண்மையில் அப்போது கிழவனல்ல–கையை மூன்று அங்குலம் கீழே தாழ்த்திவிட்டான். ஆனால், அப்போது வீரனான சாண்டியாகோ ஒரே மூச்சில் சமாளித்து நிமிர்த்திக் கொண்டான். அந்தக் கணம் பெரிய பயில்வானான நீக்ரோவைத் தான் ஜெயிக்க முடியும் என்று

அவனுக்கு நிச்சயமாய்விட்டது. விடியும் தருணத்தில் பந்தயங் கட்டியவர்கள் பந்தயத்தை இருவரும் சமம் என்று முடிவு செய்ய முயன்றபொழுது தன் சக்தியை எல்லாம் சேர்த்துக் கிழவன் நீக்ரோவின் கையைத் தாழ்த்தித் தாழ்த்தி மேஜைமேல் பதிய வைத்து விட்டான். இவ்வாறு ஞாயிறு காலை ஆரம்பித்த பந்தயம் திங்கள் காலையில் முடிவடைந்தது. பந்தயத்தைப் பாதியில் சரிநிகர் சமான மென்று முடிக்க விரும்பியவர்களும் தங்கள் தங்கள் அலுவல்களுக்குப் போக வேண்டுமே என்பதால்தான் அவ்வாறு கூறினர். இல்லை யென்றால் எத்தனை நாளானாலும் இரண்டிலொன்று தெரியும்வரை அவர்கள் காத்திருக்கத் தயார்தான். எப்படியோ கிழவன் அவர்கள் வேலைக்குக் குந்தகமில்லாதபடி வெற்றியோடு பந்தயத்தை முடித்து விட்டான்.

இதன் பிறகு வெகு காலத்திற்கு நம் கிழவனை எல்லோரும் இணையற்ற வஸ்தாதாகப் போற்றினர். அடுத்த வசந்தத்தில் இதே ஜோடிக்குள் மற்றொரு முறை போட்டி நடந்தது. பந்தயப் பணம் அதிகமாக வசூலாகவில்லை. முதல் போட்டியிலேயே நீக்ரோவின் நம்பிக்கை குலைந்து விட்டது. எனவே, கிழவன் வெகு சுலபமாக ஜெயித்து விட்டான். அப்புறமும் அவன் சில பந்தயங்களில் ஈடுபட்டான், ஜெயித்தான்; அவசியமானால் தன்னால் யாரையும் ஜெயிக்க முடியும் என்று தோன்றியது. போட்டிகளில் கலந்து கொள்வதை நிறுத்தி விட்டான். தவிர தன் வலது கையை இப்படி யெல்லாம் உபயோகிப்பது மீன் பிடிப்பதற்குக் கெடுதல் என்று தீர்மானித்தான். பின் இடது கையைப் போட்டிக்காகப் பழக்கினான்; அதனிடம் அவனுக்கு நம்பிக்கையில்லை; சொல்கிறபடி செய்யாது அவனைக் காட்டிக் கொடுத்துவிடும்.

இந்த வெய்யில் தனது இடது கையைச் சரியாக்கிவிடும்; இரவு குளிர் அதிகமானாலொழிய அது மறுபடியும் மரத்துப் போகாது. இந்த இரவில் என்ன நேருமோ, யாருக்குத் தெரியும்?

மியாமி செல்லும் ஆகாய விமானமொன்று மேலே பறந்தது; அதன் நிழல் கடலில் விழுந்து வரால் மீன்களை விரட்டியது.

"இவ்வளவு பறக்கும் மீன்களிடையே கடற்பன்றிகளும் இருக்கத் தான் வேண்டும்" என்றவாறே தூண்டில் மேல் சாய்ந்து கொண்டு ஏதாவது கிடைக்குமா என்று பார்த்தான். அந்தப் பெரிய மீன் அவனை அசையவிட மறுத்தது – எனவே பேசாதிருந்தான். படகு மெதுவாய் நகர்ந்து சென்றது. அவனும் ஆகாய விமானம் கண்ணுக்கு மறையும் வரையில் அதையே பார்த்துக்கொண்டிருந்தான்.

ஆகாய விமானத்தில் விசித்திரமாய்த்தானிருக்கும். அங்கிருந்து பார்த்தால் இக்கடல் என்னமாய்த் தோன்றுமோ? அதிக உயரத்தில் பறக்கவிட்டால் இந்த மீன்கூட நன்றாய்த் தெரியலாம்; நானூறு கெஜ உயரத்தில் பறந்து கடல் மீன்களைக் காண நான் ஆசைப் படுகிறேன். ஆமை வேட்டைப் படகுகளின் பாய்மரத்து உச்சியி லிருந்தே நான் கடலின் பல அதிசயங்களைப் பார்த்திருக்கிறேன்; அங்கிருந்து பார்த்தால் கடற்பன்றிகள் பச்சையாகத் தோன்றும்; அதன் உடல் வரிகளும், ஊதாப் பொட்டுக்களும் நன்கு தெரியும். கருங்கடலின் இருண்ட ஆழத்தில் வேகமாய் நீந்தும் மீன்களுக் கெல்லாம் உடல் ஊதா நிறமாயிருப்பதேன்? கடற்பன்றி பச்சையாய்த் தோன்றினாலும் உண்மையில் பொன்னிறமானதே. எனினும், அது பசியோடு உணவு வேட்டையாடும்போது சுருணை மீன்போல ஊதா வரிகள் அதன்மேல் தோன்றிவிடுகின்றன. அது ஏன்? கோபத் தாலா? அல்லது வேகத்தாலா?

இருட்டுமுன் தீவு போன்ற ஒரு கடல் நாணற்பரப்பைக் கடந்து சென்றன. கதிரொளியில் அது ஆடி அசைந்து பெருமூச்சு விட்டது; மஞ்சள் நிறப் போர்வை அணிந்த எதனோடோ கடல் காதல் செய்வது போல் தோன்றியது. அப்போது கிழவனது சிறிய தூண்டிலில் ஒரு கடற்பன்றி மீன் சிக்கியது. ஆகாயத்திலேறித் துள்ளிக் குதித்த போதுதான் அதைக் கிழவன் முதல் முதலாகக் கண்டான். கதிரவனின் கடைசி ஒளியில் கனக மயமாய் அது காற்றடித்துப் படபடத்தது. பயத்தால் துள்ளித் துடித்துக் கரணம் போட்ட அதன் கரடிவித்தைகள் பரிதாபமாயிருந்தன. வலக்கையால் பெரிய மீன் கயிற்றைத் தாங்கியவாறே மெதுவாய்ப் படகின் முன் பக்கம் சென்று, இடக்கை யால் சிறிய தூண்டில் கயிற்றை இழுத்துச் சேந்தினான் கிழவன்; இழுக்கப்பட்ட கயிற்றைத் தன் இடது வெற்றுக் காலால் அமுக்கிக் கொண்டான். படகுப் பலகை விளிம்பிற்கு அம்மீன் வந்தது; துடி துடித்துத் துள்ளியது; அப்படியும் இப்படியுமாக அலைந்தது; முன்புறம் சிறிது சாய்ந்து கிழவன் கருநீலப் புள்ளிகள் கூடிய தங்க மயமான அதை எடுத்துப் படகில் போட்டான். அது தூண்டில் கொக்கியைக் கடித்துக்கடித்துப் படகுப் பலகையைத் தன் தட்டை யான உடலால் தட்டித் தட்டிக் குதித்துக் குதித்துக் கொந்தளித்தது. தடியால் அதன் தலையில் அடித்து அவன் அதைக் கொன்றான் – உலுக்கி நடுங்கி ஓய்ந்தது மீன்.

கிழவன் கொக்கியிலிருந்து மீனை விடுவித்து விட்டு அதில் மற்றொரு மத்தி மீனை மாட்டிக் கடலில் விட்டான். பிறகு, மெதுவாகப் படகின் பின்புறம் தன் பழைய இடத்திற்கு நகர்ந்தான். இடது கையை அலம்பிக் கால்சட்டையில் துடைத்துக் கொண்டான்.

பெரிய மீன் தூண்டிலை இடக்கைக்கு மாற்றிவிட்டு வலக்கையையும் கடல் நீரில் அலம்பினான். அப்போது சூரியன் கடல் வாயில் முழுகியது; தூண்டில் வரியும் மேலாகச் சரிந்தது.

'அது சிறிதும் மாறவில்லை' என்றான். நீரோட்ட வேகம் குறைந்திருப்பதைத் தன் கையலைப்பால் உணர்ந்தான்.

"துடுப்புகளைத் தண்ணீரில் விட்டுக் கட்டிவிட்டால் படகின் வேகமும், மீனின் வேகமும் குறையும். இந்த இரவைக் கழிக்க நானும் தயார், அதுவும் தயார்" எனக் கூறிக்கொண்டான்.

"கடற்பன்றியைச் சிறிது நேரங்கழித்துக் கூறு போடலாம்; ரத்தம் அதன் தசைகளில் ஊறி உறையட்டும். கொஞ்ச நேரத்திற் கப்புறம் அதைக் கூறு போடும் போதே துடுப்புகளையும் அசைய விடலாம். இப்போது பெரிய மீனைத் தொந்தரவு செய்யக்கூடாது; அஸ்தமன நேரம் மீன்களுக்கெல்லாம் அவஸ்தையான நேரமே."

தன் கைகளைக் காற்றில் உலர்த்தினான்; தூண்டிலைப் பற்றிய வாறே படகுப் பலகை வளைவில் முன்னோக்கி சௌகர்யமாகச் சாய்ந்து கொண்டான். இந்த நிலையில் தூண்டிலின் பாரத்திற் பெரும் பகுதியைப் படகே தாங்கியது.

"எனக்குத் தெரிந்துவிட்டது. எப்படித் தூண்டிலின் சுமையைக் குறைப்பதென்று கண்டுபிடித்துவிட்டேன். தவிர மற்றொரு விஷயம்; சிக்கினது முதல் அந்த மீன் ஒன்றும் சாப்பிடவில்லை; அதுவோ பெரிய மீன். அதற்கு நிறைய ஆகாரம் வேண்டும்; நானோ, ஒரு செதிலி மீன் முழுவதையும் சாப்பிட்டிருக்கிறேன்; நாளை இந்தக் கடற்பன்றியைச் சாப்பிடுவேன். அதைச் சுத்தம் செய்யும் போது கொஞ்சம் ருசி பார்க்கவேண்டும்; அது கடிப்பதற்குச் சிறிது கடின மானதே; ஊம்...! உலகத்தில் எதுவும் சுலபமல்ல."

"மீனே? எப்படி இருக்கிறாய்? நான் சௌகரியமாயிருக்கிறேன். என் இடது கையும் சரியாகிவிட்டது; ஒருநாளுக்குப் போதுமான உணவும் இருக்கிறது–ஊம்! இழு, இழு, படகை இழுத்துக் கொண்டு போ" என்று உரக்க மீனிடம் கூறினான்.

ஆனால், உண்மையில் அவன் சௌகர்யமாயில்லை; அவன் முதுகில் கயிறுறைந்த வலி இப்போது வலி நிலையைத் தாண்டி மரத்துவிட்டது. இது ஆபத்தானது என்று அவனுக்குத் தெரியும்; எனினும், இதைவிட மோசமான நிலைமைகளைக்கூட அவன் சமாளித்திருக்கிறான். "என் கைக் காயம் ஒன்றும் பெரிதில்லை. இடக்கை விறைப்பும் தீர்ந்து விட்டது; என் கால்கள் சரியாகவே

இருக்கின்றன. எல்லாவற்றிற்கும் மேல் அம்மீனுக்கு உணவில்லை. எனக்கோ தேவைக்கு மேல் அதிகமாயிருக்கிறது."

இப்போது இருட்டிவிட்டது–செப்டம்பர் மாத மாலைக் காலங் களில் இப்படித்தான் சீக்கிரமாக இருட்டிவிடும். படகுப் பலகையில் சாய்ந்தவாறே ஓய்வெடுத்துக் கொண்டான். முதல் முதலாக வானில் வரும் நட்சத்திரங்கள் தெரியத் தொடங்கின. பெயர் தெரியா விட்டாலும் 'ரீகல்' நட்சத்திரத்தைக் கண்டதும் சீக்கிரமே தனது தூரத்து நண்பர்களான மற்ற நட்சத்திரங்களும் வெளிப்பட்டு விடும் என்று அவனுக்குத் தெரியும்.

"இந்த மீனும் என் நண்பனே. இதைப் போன்ற பெரிய மீனை நான் பார்த்ததுமில்லை. இதைப் பற்றிக் கேட்டதுமில்லை. ஆனால், அதை நான் கொன்றே தீரவேண்டும். நட்சத்திரங்களைக் கொல்ல வேண்டிய அவசியமில்லாததற்காகச் சந்தோஷப்பட வேண்டியது தான்" என்று கூறிக்கொண்டான்.

'ஒவ்வொரு நாளும் ஒருவன் சந்திரனைக் கொல்ல வேண்டு மென்றிருந்தால்? சந்திரனாவது ஓடி ஒளிந்து கொள்ளும்; ஒவ்வொரு நாளும் சூரியனைக் கொல்லவேண்டுமானால் – இல்லை, இல்லை, நாம் அதிர்ஷ்டசாலிகள்தாம்' என்று எண்ணினான்.

அந்தப் பெரிய மீன் பட்டினியாயிருப்பதை நினைக்க அவனுக்கு வருத்தமாய்த்தானிருந்தது; ஆனால், இந்த வருத்தத்திற்கும் அவன் அதைக் கொல்லப் போவதற்கும் யாதொரு சம்பந்தமும் கிடையாது. இம் மீனின் இறைச்சி எத்தனை பேருக்கு உணவாகும்? இதைத் தின்பவர்கள் தின்னத் தகுதியுள்ளவர்களா? இல்லை, நிச்சயமாக இல்லை; அதன் நடவடிக்கையையும் பெருந்தன்மையையும் பார்க்கும் போது அதைத் தின்ன லாயக்கானவர்கள் யாருமே கிடையாது.

இந்த விஷயங்களெல்லாம் எனக்கு அர்த்தமாவதில்லை. சூரியனையோ, நட்சத்திரங்களையோ கொல்ல வேண்டிய அவசிய மில்லாதது நல்லதுதான். கடலில் வாழ்ந்துவரும் நமது மீன் சகோதரர் களைக் கொல்வதே போதுமானது.

இனி துடுப்புகளை இணைத்துவிட்டு, படகின் வேகத்தைக் குறைக்க வேண்டும். அதனால் நன்மையுமுண்டு, கெடுதலுமுண்டு. கயிற்றின் நீளம் அதிகமானால் மீன் தப்பிவிடலாம்; படகு கனம் அதிகரித்தால் கயிறு அறுந்துவிடலாம். படகு கனமில்லாததாலேயே அது வேகமாகப் போகிறது. அதனால் என் துன்பமும், அதன் துன்பமும் அதிகமாய் நீடிக்கிறது. எது எப்படியானாலும் கடற்பன்றி உணவு

கெட்டுப் போகாமல் பார்த்துக்கொள்ள வேண்டும். அதில் கொஞ்சம் சாப்பிட்டால்தான் எனக்கு இப்போது தெம்பு ஏற்படும்.

'இப்போது நான் ஒரு மணி நேரம் ஓய்வெடுத்துக்கொள்வேன்; அது ஒழுங்காக, நிதானமாகவே போய்க்கொண்டிருக்கும் என்று தெரிந்த பிறகுதான் வேறு வேலையில் ஈடுபடலாம். இடையில் அதன் ஓட்டத்தில் ஏதாவது மாறுதல் ஏற்படுகிறதா என்று பார்ப்போம். துடுப்புகளை இணைப்பது நல்ல தந்திரமே. ஆனால், இப்போது பந்தோபஸ்தாயிருப்பதுதான் முக்கியம். அதுவோ பெரிய மீன் – இன்னும் சளைக்கவில்லை; வாயோரம் குத்தியுள்ள தூண்டில் கொக்கியை வாயை இறுக மூடிக்கொண்டு அது தாங்குகிறது. அதற்குத் தூண்டில் முள்ளின் தண்டனை ஒன்றும் பெரிதல்ல. பசி, தன்னை எதிர்ப்பதின் தன்மையைப் பற்றிய அறியாமை – இவையே பெரிய தண்டனைகள். ஓய்வெடுத்துக்கொள், கிழவனே, மறுபடியும் உன் கடமை உன்னை அழைக்கும் வரையில் இளைப்பாறு.'

இரண்டு மணி நேரம் தூங்கியிருக்கலாம் என்று அவன் நினைத்தான். சந்திரோதயமாக நேரமாகும் – எனவே, காலத்தைக் கணக்கிட அவனுக்கு வசதியில்லை. அப்படியும் அவன் பூரணமாகத் தூங்கினான் என்றும் கூற முடியாது; தூண்டிலின் கனம் தோளை அழுத்திக் கொண்டுதானிருந்தது. கொஞ்சம் கொஞ்சமாய் இடக் கரத்தில் பாரத்தைப் போட்டு மீனின் கனத்தைத் தன் உடலிலிருந்து படகுக்கு மாற்றலானான்.

'வெகு சுலபமாக நான் தூண்டில்கயிற்றை படகிலேயே கட்டி விடலாம்; ஆனால் அந்த மீன் ஒரு சிறு துள்ளுத் துள்ளினாலும் கயிறு அறுந்துவிடுமே. ஊம்! அம்மீனின் கனத்தை என் உடலால் தாங்கத்தான் வேண்டும்; அவசியம் நேர்ந்தபோது இரு கையாலும் கயிறு விடத் தயாராயிருக்கத்தான் வேண்டும்.'

"கிழவா! நீ தூங்கவே இல்லையே. பாதி நாள் – முழு இரவு – மற்றொரு நாளும் வந்துவிட்டது – இன்னும் நீ சரியாகத் தூங்க வில்லையே. மீன் நிதானமாக ஓடும் போது நீ கொஞ்சம் உறங்கத்தான் வேண்டும்; தூக்கமில்லாவிட்டால் மூளை தெளிவாயிராது" என்று தனக்குத் தானே கூறினான்.

"என் மூளை தெளிவாய்த்தானிருக்கிறது – அதிகத் தெளிவா யிருக்கிறது – என் சகோதரர்களான வான்மீன்களைப் போல் என் மனம் தெளிந்தேயிருக்கிறது. எனினும், நான் தூங்கத்தான் வேண்டும். எல்லாம் தூங்குகின்றன. சந்திரனும் சூரியனும் கூடத் தூங்குகின்றனர். காற்றில்லாத சமயத்தில் கடல் கூடத் தூங்குகிறது.

ஆம்! தூங்க மறக்காதே. ஏதாவது சுலபமான வழியில் தூண்டில் விஷயத்தைச் சரிபண்ணிவிட்டுத் தூங்கு. இப்போது கடற்பன்றி உணவை முதலில் தயார் செய். தூங்க வேண்டுமென்றால் துடுப்பு களை இணைப்பது ஆபத்தாய் முடியும்."

நான் தூங்காமலே இருக்கலாம், எனினும், அது மிக மிக ஆபத்தான விஷயமே.

கைகால்களை ஊன்றி, தூண்டிலை ஆடவிடாது, மெதுவாய்த் தவழ்ந்து படகின் முன்புறத்திற்கு வந்தான். 'அந்தப் பெரிய மீன் அரைத் தூக்கத்திலிருக்கலாம்; அதைத் தூங்கவிடக் கூடாது; தூண்டிலை இழுத்திழுத்து அது சாக வேண்டும்.'

அங்கு வந்ததும் இடக்கையால் தூண்டிலைத் தாங்கிக் கொண்டு வலது கையால் வாளை உருவினான். நட்சத்திர ஒளியில் கடற்பன்றி மீன் தெளிவாகத் தென்பட்டது; தலையில் கத்தியால் குத்தி அதை எடுத்தான்; காலால் அமுக்கிக் கொண்டு வால் முதல் வாய்வரைக் கீறினான். பின், கத்தியை வைத்து விட்டு அதன் உள்ளெலும்புக் கூட்டை உருவிக் கடலிலெறிந்தான். அதன் கொழுகொழுவென்று நழுவிய இரைப்பைக்குள் இரு வரால் மீன்கள் இருந்தன. புதிதாய், வலிதாய்க் கெடாமலிருந்தன. அவற்றை எடுத்து மேலே போட்டான். பிறகு, குடலையும் கொழியலையும் நீரில் விட்டான் – அவை பளபளத்துக்கொண்டே முழுகின. கடற்பன்றி சாம்பி வெளுத்துச் சில்லிட்டுவிட்டது. தோலுரித்துக் கூறுபோட்டான்.

கடலிற் சுழிகிழி ஒன்றுமில்லை. மெதுவாய் மிதந்து மிதந்தமுங்கிய மீன் கூட்டின் மினுமினுப்பைத் தவிர வேறொன்றும் கிடையாது. இரு வரால் மீன்களையும் இரு இறைச்சித் துண்டுகளில் பொதித்து, கத்தியை மடக்கி உறையிலிட்டு, தூண்டிலின் கனம் தோளிலழுத்தத் தன் பழைய இடத்திற்கு வந்து சேர்ந்தான்.

படகின் பின்புறப் பலகை மேல் மீன் துண்டுகளை வைத்துவிட்டு, தூண்டில் வரியைத் தோளில் வேறு பகுதிக்குச் சரி செய்து கொண்டு, இடக்கையைப் படகு விளிம்பில் வைத்து, முன்னோக்கிச் சாய்ந்து வரால் மீன்களைக் கடல் நீரில் அலம்பினான். தன் கையை இழுக்கும் நீரோட்டத்தின் வேகத்தையும் கவனித்தான். மினுமினு மீனின் தோலை உரித்ததால் கையில் பொட்டுப் பொட்டாயிருந்த மினு மினுத் தூசிகள் நீரில் மிதந்தன. தண்ணீரின் வேகம் குறைவு தான்.

"அது களைத்திருக்கும், ஓய்வெடுத்துக்கொள்ளும். இப்போது இம்மீனை உண்டு கொஞ்சம் தூங்க வேண்டும்" என்றான்.

வான்மீன் ஒளியில், இரவின் பனியில், கடற்பன்றி இறைச்சியில் அரைத் துண்டையும், தலைதறித்த ஒரு வரால் மீனையும் சாப்பிட்டான்.

"கடற்பன்றியைச் சமைத்துச் சாப்பிட்டால் நன்றாய்த்தானிருக்கும். பச்சையாய்த் தின்பது பரிதாபமே. இனி உப்பும், எலுமிச்சம் பழமும் இல்லாமல் படகில் கிளம்பவே மாட்டேன்.

எனக்கு மட்டும் மூளையிருந்தால் நாள் முழுமையும் படகில் கடல் நீரைத் தெளித்துக் காயவிட்டு உப்பு உண்டாக்கி இருக்கலாம். ஆனால், அஸ்தமிக்கும் சமயத்தில்தானே கடல் பன்றியைப் பிடித்தேன். இருந்தாலும் ஏற்பாடுடன் தயாராயில்லாதது தப்பிதம்தான். என்னமோ, அதைப் பச்சையாகவே மென்று தின்றாயிற்று – அப்படி ஒன்றும் அது வயிற்றைப் புரட்டிக் குமட்டவில்லை."

கீழ்வானத்தில் மேகங்கள் குவிகின்றன; அவனறிந்த பல நட்சத்திரங்கள் மறைகின்றன; மேக முழைவுக்குள் புகுவது போலிருந்தது; காற்றும் அடங்கிவிட்டது.

"மூன்று நான்கு நாளில் பருவநிலை மாறி மோசமாய்விடும். எனினும், இன்றும் நாளையும் கெடுதல் ஒன்றுமில்லை. கிழவனே! அந்த மீன் நிதானமாய் ஓடுகிறது; எனவே, கொஞ்சம் தூங்கு" என்று கூறிக்கொண்டான்.

வலக்கையால் தூண்டிலைப் பிடித்து, வலத்துடையில் படிய விட்டுக் கயிற்றைத் தோளில் தாழச் சரிய வைத்து இடக்கை விரல்களால் மூடிக்கொண்டான்.

'இடக்கை மூடிய கயிறு நழுவாமல் என் வலக்கை பார்த்துக் கொள்ளும்; தூக்கத்தில் அது அயர்ந்துவிட்டால், இடக்கை வழியே நழுவும் கயிறு என்னை எழுப்பிவிடும். பாவம், வலக்கைக்கு இது பலமான தண்டனையே; எனினும், அது தண்டனைகளை ஏற்றுப் பழக்கப்பட்ட கை. அரைமணி, அல்லது இருபது நிமிஷம் தூங்கினாலும் போதும்.' உடனே ஒருக்களித்தவாறு பலகையில் சாய்ந்து படுத்து பாரம் பூராவையும் வலக்கைமேல் போட்டுவிட்டுக் கிழவன் உறங்கலானான்.

அவன் இப்போது சிங்கங்களைப் பற்றிக் கனவு காணவில்லை; எட்டு அல்லது பத்து மைல் நீளம் பரவிய ஒரு கடல் முள்ளிக் கும்பல் தீவைப்பற்றிக் கனவு கண்டான். அவை காதல் புரியும் காலம் அது; எனவே, காற்றில் எகிறிக் குதித்துக் கடலில் கிளம்பிய சுழியிலேயே மறுபடியும் வந்துவிடும்.

அடுத்தபடியாகக் கனவில் நீண்ட மஞ்சள் நிறக் கடற்கரையைக் கண்டான். இருள் எட்டிப் பார்க்கும் சமயம் வரி வரியாகச் சிங்கங்கள் வெளிப்பட்டன. கப்பற் பலகையில் கன்னத்தை வைத்துப் படுத்துக் கொண்டிருந்தான் அவன். கரைக் காற்று ஜில்லென்று வீசியது. இன்னும் வரும் சிங்கங்களை எதிர்பார்த்து அவன் மனம் இன்ப முற்றது.

சந்திரன் உதித்து வெகு நேரமாயிற்று; மீனும் நிதானம் தவற வில்லை; படகும் ஒழுங்காக ஓடி ஒரு வேகமுழைவிற் புகுந்தது; அவனது தூக்கமும் கலையவில்லை.

வலது கை அவன் முகத்தைத் தொட்டது; ஏதோ இழுப்பாட்டம்; அவன் விலுக்கென்று விழித்துக் கொண்டான். வலது கையூடு ஒரே எரிச்சல். அப்போது இடது கையின் ஞாபகமே அவனுக்குக் கிடையாது; வலக்கையாலேயே கயிறோட்டத்தை இழுத்துப் பிடித் தான். கடைசியாக அவன் இடக்கை உதவிக்கு வந்தது. இப்போது தூண்டிலுக்கு எதிர்ப்புறம் சாய்ந்தான்; முதுகும், இடக்கையும் ஒரே எரிச்சலாயிருந்தது. பாரம் முழுதும், இடக்கையிலிருந்ததால் அது கிழிபட்டுக் கீற்றுக்காயமேற்பட்டது. கயிற்றைக் கவனித்தான்; அது ஒரே சீராக நழுவியது; இதே சமயம் கடலைப் பிளந்து கொண்டு மீன் குதித்து மறுபடியும் கடலில் ஆழ்ந்தது. மறுபடியும் மறுபடியும் அவ்வாறே குதித்தது. அவனும் திரும்பத் திரும்ப கயிற்றை, அறுந்து விடுமோ என்னும்படி இழுத்திழுத்து வலித்தான். படகு வேகமாகவே போனது. கயிற்றின் கனம் கிழவனைக் கீழே தள்ளி விட்டது; அவன் குப்புற விழுந்தான்; கடற்பன்றியின் வெட்டுண்ட துண்டுகளில் அவன் முகம் புதையுண்டது. அவனால் அசையக்கூட முடியவில்லை.

'இதற்காகத்தானே காத்திருந்தோம்; எப்படியாவது இப்போது சமாளித்தாக வேண்டும். கயிற்றின் விலையை அதுதான் தரவேண்டும். தரட்டும்.'

மீன் எகிறியதை அவன் காண முடியவில்லை; எனினும், கடல் வெடித்து அது எழுவதையும், நீரை விசிறி முழுகுவதையும் சப்தத் தாலேயே உணர்ந்தான். கயிறு நழுவும் வேகம் அவனது கைகளைப் பல இடங்களில் கீறி விட்டன. எனினும், இது எதிர்பார்த்ததுதானே. எனவே, உள்ளங்கையிலும், விரல்களிலும் காயம் படாதபடி காத்துக் கொள்ள முயன்றான்.

பையன் இருந்தால் கயிறுகளை ஈரப்படுத்தி மென்மையாக்கு வான். பையன் இருந்தால், அவன் இருந்தால் என்று திரும்பத் திரும்ப நினைத்தான்.

கயிறு நழுவிக்கொண்டுதானிருந்தது; ஆனால், அதன் வேகம் குறைந்து விட்டது; கயிற்றை வலித்து ஒவ்வொரு அங்குல நீள நெகிழ்விற்கும் அம்மீன் தன் முழு பலத்தையும் உபயோகிக்கும்படி கஷ்டப்படுத்தினான். மெதுவாகப் படகுப் பலகையிலிருந்த தலையைத் தூக்கினான்; கன்னத்தைக் கடற்பன்றி இறைச்சிக் கொத்தினின்றும் எடுத்தான்; மண்டியிட்டு உட்கார்ந்தான். மெதுவாய் எழுந்தான். கொஞ்சம் கொஞ்சமாகக் கயிறு விட்டான். காணாக் கயிற்றுச் சுருணைகளைக் காலால் கண்டு கொண்டான். வேண்டிய அளவு கயிறு இருந்தது; இப்போது மீன் நீளும் கயிற்றின் கனத்தையும் தாங்கிக்கொண்டு கடலில் நீந்தவேண்டும்.

'ஆம்; அது ஒரு டஜன் தடவையாவது எம்பிக் குதித்திருக்கும்; அதன் செதிற் பைகளில் நிரம்பக் காற்றுப் புகுந்திருக்கும்; எனவே, எனக்கு எட்டாத ஆழத்திற்குச் சென்று அது சாக முடியாது. சீக்கிரமே அது சுற்ற ஆரம்பித்துவிடும். அதற்கு நான் தயாராக இருக்கவேண்டும். ஏன் அது திடீரென்று துள்ளிக் குதித்தது? பசியாலா? அல்லது, இருட்டில் எதையோ கண்ட பயத்தாலா? பயமாய்த்தானிருக்கும்! மிகவும் திறமையான, வலுவான, தைரியமான மீனாயிற்றே–அதற்கும் பயம் தோன்றுவது ஆச்சரியந்தான்.'

"கிழவனே! தைரியத்தையும் நம்பிக்கையையும் இழக்காதே. நீ அதைப் பிடித்துக்கொண்டுவிட்டாய்; இன்னும் கொஞ்சம் கயிறு தேவைதான்; எனினும், அது சீக்கிரம் சுற்ற ஆரம்பித்துவிடும்" என்று தனக்குத் தானே கூறிக்கொண்டான்.

இடது கையால் தூண்டிலைப் பிடித்துக்கொண்டு குனிந்து வலது கையால் ஒட்டி இருந்த இறைச்சி அகல முகத்தைக் கடல் நீரில் அலம்பினான். அவ்விறைச்சி அழுகி நாற்றமெடுத்து வாந்தி எடுத்தான்; தன் பலம் குறையுமென்று நினைத்தான். முகம் கழுவிய பின் கையை அலம்பினான். அருணோதயத்துக்கு முந்திய அசட்டு வெளிச்சம் பரவியது. மீன் அநேகமாய் கிழக்கு நோக்கிச் செல்லுகிறது; எனவே, அது ஓய்ந்துவிட்டது; நீரோட்டத்திற்கேற்ப மிதக்கிறது. சீக்கிரமே சுற்ற ஆரம்பித்துவிடும்; அப்புறமே நம் வேலை துவக்கமாகும்.

போதுமான நேரம் நீரிலிருந்தாயிற்றென்று தோன்றியதும் தன் வலக்கையை எடுத்து உற்றுப் பார்த்தான்.

"அப்படி ஒன்றும் மோசமில்லை; வலித்தாலென்ன? வலிக்காக மனிதன் பயப்படுவதா?" என்றான்.

வலக்கையால் மெதுவாகக் காயங்களில் படாவண்ணம் கயிற்றைப் பற்றிக்கொண்டு இடக்கையை அலம்ப நீரில் அமுக்கி விட்டான்.

"உபயோகமற்றவனாயினும் உன் கடமையைச் சரியாகவே செய்து விட்டாய். ஒரு முறை, ஒரு கணம் என்னால் உன்னைக் கண்டுபிடிக்க முடியவில்லையே?" என்றான்.

"இரண்டு நல்ல வலுவான கைகளோடு நான் பிறந்திருக்க லாகாதா? ஒரு வேளை இடக்கையைச் சரியாக வைத்துக்கொள்ளாதது என்னுடைய குற்றமாகவே இருக்கலாம். எனினும், கற்றுக்கொள்ள அதற்குப் பல சந்தர்ப்பங்களிருந்தன என்பது கடவுளுக்குத் தெரியும். எப்படியோ இரவில் அப்படி ஒன்றும் அது மோசமாக நடந்து கொள்ளவில்லை. ஒரே ஒரு தரம்தான் மரத்துப் போயிற்று. இனியும் மரத்தால் கயிறு அதை அறுத்துக்கொண்டு போகட்டும்."

இப்படியெல்லாம் எண்ணும் போது அவன் மூளை தெளிவாக இல்லை–"ஆம்! கடற்பன்றியில் இன்னும் கொஞ்சம் சாப்பிட வேண்டியதுதான். ஆனால், அது முடியாது. வயிறு குமட்டி வாந்தி எடுப்பதைவிட லேசான தலையுடன் பட்டினியாயிருப்பதே மேல். என் முகத்தால் நசுங்கிய அதை உண்டால் நான் கட்டாயம் வாந்தி எடுப்பேன். எனவே, வேறு வழியில்லை என்றால் அப்போது அதைப் பற்றி யோசிக்கலாம். சீ! சாப்பாட்டால் பலம் பெற நினைக்க இதுவா சமயம்? உனக்கு மூளையில்லை; பறக்கும் வராலையாவது தின்று பலம் பெறு" என்றெல்லாம் எண்ணலானான்.

அது பக்கத்திலேயே இருந்தது. எனவே, எடுத்து முழு மீனையும் தலை முதல் வால்வரை மென்று தின்றான்.

"மற்ற மீன்களின் தசையைவிட வரால் மீன்தசை மிகவும் சத்துள்ளது; எனக்குத் தேவையான சத்து இதில் இருக்கிறது. என்னாலானதை எல்லாம் செய்தாயிற்று. மீன் சுற்றத் தொடங்கட்டும்; அப்புறம் போராட்டத்தை ஆரம்பிக்கலாம்." இந்த அவனது கடற் பயணத்தில் மூன்றாம் முறையாக இப்போது சூரியன் உதிக்கிறது; மீனும் சுற்ற ஆரம்பித்துவிட்டது.

மீன் சுற்றுவதால் கயிறு சரிவதை அவனால் காண முடிய வில்லை; அது தெரிய இன்னும் சற்று நேரமாகலாம். ஏதோ கயிறு தளர்வதைப் போலிருந்தது. வலக்கையால் வலித்திழுத்தான். கயிறு நெட்டு விறைத்தது. அறுந்துவிடுமோ என்று தோன்றிய தருணத்தில் நல்ல வேளையாக கயிறு தளர்ந்து சுருண்டு சுருணையில் படிந்தது. கயிற்றை முதுகிலிருந்து கழற்றி மெதுவாய்க் கயிற்றை இழுத்தான். இரு கைகளையும் ஆட்டி ஆட்டி உடலாலும் காலாலும் கயிறிழுப்பைச்

சமாளிக்க முயன்றான். அவனது பழங் கால்களும் உடலும் கயிற்றூஞ் சலின் கனத்தைத் தாங்கின.

“பெரிய வட்டமே, எனினும் வட்டாட ஆரம்பித்து விட்டதே, அதுவே போதும்” என்றான் கிழவன்.

கயிறு இறுகி மேலே வர மறுத்தது; விறுக்குற்ற அதன் முறுக் கினின்றும் சிதறிய நீர்த்துளிகள் வெய்யிலில் மினுமினுத்தன. கொஞ்ச நேரத்தில் கயிறு நழுவலாயிற்று; அவனும் மனமில்லாமல் சிறிது சிறிதாக விட்டுக் கொடுத்தான்.

“அது வெளிவட்டத்தில் சுற்றுகிறது; முடியுமட்டும் இழுத்துப் பிடிக்கவேண்டும்; ஒவ்வொரு இழுப்பும் வட்ட விளிம்பைக் கொஞ் சங் கொஞ்சமாகக் குறைக்கும். ஒரு மணி நேரத்தில் அது மேலுக்கு வரலாம், நானும் பார்க்கலாம். இப்போது போரிட்டுப் பயனில்லை என்பதை அது உணரும்படிச் செய்ய வேண்டும். அப்புறம் கொல்ல வேண்டும்.”

இரண்டு மணிகள் கழிந்தன; மீன் மெதுவாகச் சுற்றிக் கொண்டே யிருந்தது. அவன் உடலெல்லாம் வியர்த்து விறுவிறுத்தது; உள்ளூர எலும்பு முதலாய் வலி எடுத்தது. ஆனால், வட்டம் சிறுத்துக்கொண்டு வருகிறது; மீனும் மேலாக மிதக்கிறது, கயிற்றிலும் சாய்வு அதிக மாகிறது.

ஒரு மணி நேரத்திற்கு அவன் கண்ணுக்கெதிரில் கரும் புள்ளிகள் செம்புள்ளிகள் தோன்றின. அவன் கண்களையும், கண் மேலும், நெற்றியிலும் உள்ள காயங்களையும், வியர்வை உறைந்து உப்பிட்டு உறுத்தின. கரும்புள்ளிகளைப் பற்றி அவன் கவலைப்படவில்லை; பெரிய கனத்தை இழுக்கும் போது அது சகஜமே. ஆனால், இருமுறை தலை சுற்றி மயங்கியது; அதுதான் அவனைக் கஷ்டப்படுத்தியது.

“தோல்வியுற்று, ஒரு மீனுக்காக நான் சாவதா? அதுவும் மெது வாக அது மேலே வரும்போது? கடவுளே காப்பாற்று. நூறு முறை அம்மையப்பரின் நாமங்களை ஜபிப்பேன். ஆனால், இப்போது முடியாது” என்றான்.

‘நினைவிருக்கட்டும், அப்புறம் ஜபம் செய்யவேண்டும்.’

திடீரென்று கயிறு உலுக்கிக் கனத்தது; அவ்வுலுக்கல் இரு கையையும் இழுக்கும் கூராய், வேகமாய்க் குத்தலாய்க் கடினமாயிருந்தது.

கயிற்றுக் கம்பியை அது வாலால் அடித்துத் தாக்குகிறது என்று எண்ணினான். இது எதிர்பார்த்ததுதானே? இதனால் அது குதிக்கும் என்று தெரிகிறது. தற்காலம் அது சுற்றி வருவது நல்லதுதான்.

இருந்தாலும் அது குதித்துத்தானே தீரவேண்டும். குதித்தால்தானே காற்று வாங்க முடியும்? ஆனால், அதிகம் குதித்தால் தூண்டில் கொக்கியின் குத்துப்புண் அகன்று அது தப்பிவிடுமே.

"குதிக்காதே, மீனே! குதிக்காதே!"

பலமுறை மீன், கம்பிக் கயிற்றை உலுக்கித் துள்ளியது; ஒவ்வொரு முறையும் அவனும் கொஞ்சங்கொஞ்சம் கயிற்றைத் தளரவிட்டான்.

அதன் காயம் பரவாமல் பார்த்துக் கொள்ள வேண்டும்; என் வலியைப் பற்றி எனக்குக் கவலையில்லை. நான் சமாளித்துக் கொள்வேன்; அதன் வலி அதைப் பைத்தியமாயடிக்க வேண்டும்.

சிறிது நேரத்திற்கப்பால் மீன், மறுபடியும் வட்டமிடலாயிற்று; அவனும் கயிற்றை இழுத்துப் பிடிக்கலானான். தலை கிறுங்கியது. கடல் நீரைத் தலையிலும் கழுத்திலுமாகத் தெளித்துத் தேய்த்துக் கொண்டான்.

"என் உடல் மரத்துப் போகவில்லை. சீக்கிரம் அது மேலே வந்து விடும்; நான் சமாளித்துக் கொள்வேன், சமாளிக்கத்தான் வேண்டும்; வேறெதைப் பற்றியும் எண்ணுவது கூடத் தவறு" என்றான்.

பின், மண்டியிட்டுக் கயிற்றை முதுகில் சரி செய்து 'அது வட்டமிடும் வரையில் கொஞ்சம் இளைப்பாறுவோம்; மேலுக்கு வரும்போது எழுந்து வேலை செய்தால் போதும்.'

எப்போதுமில்லாத களைப்பு ஏற்பட்டது; பருவக்காற்று வீசியது; அது நல்லதுதான்; காரியம் முடிந்து கரை திரும்பத் தேவையானதே.

"அடுத்த வட்டத்திலும் இளைப்பாறலாம்; இப்போது உடல்நிலை எவ்வளவோ பரவாயில்லை; இன்னும் இரண்டு மூன்று சுற்றில் அதைப் பிடித்துவிடலாம்" என்றான்.

அவனது வைக்கோல் தொப்பி பின்புறம் சரிந்திருந்தது; அத்துடன் படகுப் பலகைமேல் சாய்ந்தான்.

"சுற்று, மீனே, சுற்று. திருப்பத்தில் உன்னைப் பிடிப்பேன்" என நினைத்தான். கடல் எழும்பியது, அலையலைத்தது, கரைப் பக்கமாய் காற்றடித்தது. "தெற்கும் மேற்குமாய்ப் படகைச் செலுத்துவேன்; கடலில் பயமே கிடையாது. அது ஒரு தண்ணீர்த் தீவு, அவ்வளவே" என்றான்.

மூன்றாவது சுற்றில் வெகு நேரத்திற்குப்பின் முதன்முதலாக மீனைக் கண்டான். அது ஒரு சுறா நிழல் போலப் படகைத் தாண்டி யது; தாண்ட நீண்ட நேரமாயிற்று; அதன் நீளத்தை அவனால் நம்ப முடியவில்லை.

“இல்லை, இத்தனை பெரிதாய் இருக்க முடியாது” என்றான்.

ஆனாலும், மிகப் பெரிய மீனேதான்; அந்தச் சுற்று முடிந்ததும் அது வெளிப்பட்டது. முப்பது கஜ தூரத்தில் வெட்டரிவாள் போன்ற அதன் கூரானவாலை, கடற்பரப்பின் கருநீலத்தின் மேல் செம்மஞ்சள் கீறலான அதை அவன் கண்டான். நீர் மட்டத்தடியில் அதன் பருத்த உடலின் ஊதா வரிகள் நன்கு தெரிந்தன. முதுகுச் செதில்கள் அடங்கிக் கிடந்தன; பக்கச் செதில்கள் சிறகுகளைப்போல் விரிந்திருந்தன.

அடுத்த சுற்றில் அதன் கண்கள் தெரிந்தன; இரு உறிஞ்சு மீன் குஞ்சுகள் அதைச் சுற்றி நீந்தின. ஒட்டியும், ஒட்டாமலும், அதனது உடலின் நிழலிலுமாக அவை சஞ்சரித்தன. அவை ஒவ்வொன்றும் மூன்றடி நீளமுள்ள விலாங்குகளைப் போல் தோன்றின.

அவனுக்கு வியர்வை தட்டியது. வெப்பத்தாலல்ல; மீன் வட்டமிட வட்டமிடக் கயிற்றை வலித்ததால். இரண்டொரு சுற்றில் அதன் உடலில் ஈட்டியைப் பாய்ச்சிவிடலாம்.

அது நெருங்கி, நெருங்கிப் பின்னும் நெருங்கி வரவேண்டும்; ஈட்டிக்கு அதன் தலை சிக்கினால் போதாது, இதயம் சிக்கவேண்டும்.

“கிழவனே! சாந்தமாய், தைரியமாயிரு” என்றான்.

மற்றொரு சுற்றில் அதன் முதுகு வெளிப்பட்டது. ஆனால், தொலைவில் அதற்கடுத்த வளைவிலும் தூரத்தில்தானிருந்தது; எனினும், நீர் மட்டத்திற்கு மேலேயே வந்துவிட்டது. கயிற்றைச் சுறுக்கச் சுறுக்க அது படகின் பக்கத்தில் வந்துவிடும்.

ஈட்டி முன்பே தயாராயிருந்தது; அதன் கயிறு ஒரு வட்டக்கூடையில் வளையமிடப்பட்டு நுனி படகுக் கொக்கியில் மாட்டப்பட்டிருந்தது.

வட்டம் குறுகியது; அமைதியாய், அழகான அதன் வால் மட்டும் நெட்டு நெளிந்தது; கிழவன் தன்னாலான மட்டும் கயிற்றைச் சுறுக்கி இழுத்துப்பிடித்தான். ஒரே ஒருகணம் மீன் கொஞ்சம் புரண்டது. அடுத்த கணம் சமாளித்துக்கொண்டு மறுபடியும் வட்டமிட ஆரம்பித்தது.

“நான் அதை அசைத்துவிட்டேன் – அசைத்தேவிட்டேன்” என்று தனக்குத் தானே கூறிக்கொண்டான்.

மறுபடியும் தலை கிறுங்கியது; எனினும், அவனது பிடி தளரவில்லை. அதை அசைத்து விட்டதைப்பற்றி எண்ணினான். “இந்தத் தடவை அதை மல்லாத்திவிடலாம். கையே இழு, காலே உறுதியாய்

நிலை; தலையே மயங்காதே. இதுவரை நீ என்னைக் காட்டிக் கொடுத்ததில்லை; இப்போதும் நிமிர்ந்து நில். இம்முறை மீனைப் புரட்டிவிடலாம்."

ஆனால், எத்தனை இழுத்தும் பயனில்லை; அது சிறிதே கவிழ்ந்தது, எனினும், சரி செய்து கொண்டு அப்பால் நீந்தியது.

"மீனே! நீ சாவதென்னமோ நிச்சயம். நானும் சாக வேண்டுமா?" என்று கூறிக்கொண்டான்.

"இப்படியே போனால் எதுவும் நடக்காது. நாக்கு உலர்ந்து அவனால் பேசக்கூட முடியவில்லை; தண்ணீர்ப் புட்டியை எட்டி எடுக்கவும் வசதியில்லை. இம்முறை அதை எப்படியும் படகின் பக்கத்திற்கு இழுத்தாக வேண்டும். இன்னும் என்னால் தாங்க முடியாது. தாங்க முடியாதா? நானா? எப்போதும், எதையும் தாங்குவேன்."

அடுத்த சுற்றில் அநேகமாய் வெற்றியேதான்–எனினும் மீன் என்னமோ தப்பிவிட்டது.

"மீனே! நீ என்னைக் கொல்லுகிறாய். கொல்ல உனக்கு உரிமை யுண்டு. சகோதரனே! உன்னைக் காட்டிலும் பெரிதான, அழகான, சாந்தமான, உயர்வான, பெருந்தன்மை மிகுந்த மீனை நான் கண்டதே யில்லை. வா! என்னைக் கொல்ல வா!–நமக்குள் யாரை யார் கொன்றாலும் எனக்கு அக்கறையில்லை."

'என் மனம் குழம்புகிறது' என்று எண்ணினான். "தலையே, மயங்காதே. நீ மயங்கக்கூடாது – கூடவே கூடாது; மீனைப் போல, மனிதனைப் போல எந்தத் துயரத்திற்கும் தயாராயிரு."

'தலையே தடுமாறாதே' என்று முணுமுணுத்தான். பழையபடியே இரண்டு சுற்றுகள் கழிந்தன.

"எனக்குத் தெரியவில்லை; ஒவ்வொரு தடவையும் இனிமேல் தாளாதென்று தோன்றுகிறது – ஊம், இனியும் பார்ப்போம்."

அடுத்து முயன்றான். மீனும் புரண்டது; ஆனால் ஒரு விலுக்கில் மறுபடியும் தப்பித்துக் கொண்டு, வாலாட்டி நகர்ந்தது. திரும்பவும் பார்ப்போம் என்று உறுதி செய்தான்; அவன் கைகள் ரத்தக்களறியாக இருந்தன; பார்வையும் விட்டு விட்டு மினுக்கியது.

மறுபடியும் முயன்றான், மறுபடியும் மீன் தப்பியது; மறுபடி, மறுபடி, வலியை முழுதும் மறந்து, தன் பலத்தையெல்லாம் ஒன்றாகச் சேர்த்து, தற்பெருமையையும் தன்னம்பிக்கையையும் கலந்து ஒரே மூச்சில் மீனை இழுத்தான்; மீனும் படகின் பக்கத்தில் மெதுவாக

நீந்தலாயிற்று; அதன் அலகு படகில் பட அதைத் தாண்டிச் செல்ல முயன்றது. பெரிதாய், நீளமாய், அகலமாய், ஊதாப் பட்டைகளிட்ட வெண் குன்று போல் மெதுவாய் முடிவில்லாமல் நகர்ந்து சென்றது.

தூண்டில் கயிற்றைக் கீழே போட்டு, காலால் மிதித்துக் கொண்டு ஈட்டியைத் தூக்கி மீனின் மனிதனது மார்பளவாக விரிந்த செதிலின் கீழ் பலம்கொண்ட மட்டும் ஆழமாகப் பாய்ச்சினான். ஈட்டியின் இரும்பு முனை அதன் உடலில் புகுந்ததை உணர்ந்தான்; அதன்மேல் சாய்ந்து தன் வலிமையையெல்லாம் சேர்த்து அதைப் பின்னும் பின்னும் உள்ளே செல்ல அழுத்தினான்.

உடனே மீன் உயிரோடு கிளம்பியது; அதன் கண்களிலே சாவின் வெறி இருந்தது; கடலை விட்டுக் காற்றில் மிதந்தது; அகலமும், நீளமும், பருமனும் நன்கு தெரியக் கிழவனது தலைக்கு மேல் கிறுங் கியது. அடுத்த கணம் ஒரே ஆரவாரத்தோடு ஆழத்தில் அமுங்கியது. வெண்ணுரை வெள்ளம் கிழவனையும் படகையும் மூடிக் கொண்டன.

கிழவனுக்குத் தலை சுற்றியது; கண் மங்கியது; எப்படியோ ஈட்டிக் கயிற்றை விரல் கணைகளோடு மெதுவாய் நீளவிட்டான். மீனும் மல்லாந்து மிதந்தது; அதன் வெள்ளி வயிறு மினுக்கி மினுக் கியது. ஈட்டிமுனை மார்பிலிருந்து வெளிப்பட்டது; அதன் இதய ரத்தம் கடலையே சிவப்பாக்கியது. முதலில், ஒரு மைல் ஆழத்திற்கு ஒரே கருப்பாயிருந்து மேகங்கள் போலச் சிவந்து பரவின; வெள்ளை வெளேரென்றிருந்த அந்த மீன் அலைகளுக்கேற்ப ஆடி மிதந்தது.

கண்ணால் கண்டதைக் கிழவன் உன்னிப்பாய்க் கவனிக்கலா னான்; ஈட்டிக் கயிற்றைச் சுற்றிப் படகில் மாட்டினான், கைகளில் தலையைக் கவிழ்த்தான்.

'தலையே! தெளிவோடிரு' என்று படகுப்பலகையிடம் சொன் னான். "நானோ ஓய்ந்துபோன ஒரு கிழவன்; இருந்தாலும் என் சகோதரனான இந்தப் பெரிய மீனைக் கொன்றுவிட்டேன்; இனி சதி வேலையைச் செய்தாக வேண்டும்."

இப்போது அதைப் படகுக்கிழுக்கக் கயிறுகளையும் கண்ணி களையும் தயார் செய்ய வேண்டும். இரண்டு பேர் சேர்ந்து இழுத்துப் போட்டாலும் இந்த மீனுக்கு இப்படகில் இடம் போதாது. ஆம், எல்லாவற்றையும் தயார் செய்து கொண்டு, மீனை இழுத்துக் கட்டிவிட்டு வீடு திரும்பப் பாய்மரம் விரிக்க வேண்டும்.

மீனை அருகில் இழுத்தான். அதன்வாயிலும் மூக்கிலும் கயிறுகளைக் கோர்த்துப் படகோடு வலிந்து கட்டினான். அதைக் கண்ணால் காண வேண்டும், தொட்டுப்பார்க்க வேண்டும் என்றெல்

லாம் விரும்பினான். "இதுவே என் அதிர்ஷ்ட மீன்; என் கைபட்டால் என் அதிர்ஷ்டம் மாறினாலும் மாறிவிடலாம். ஈட்டியால் குத்தும் போது அதன் இதயத் துடிப்பை நான் உணர்ந்துவிட்டேன். அது போதும்; இப்போது அதன் வாலையும், தலையையும், உடலையும் படகோடு படகாய்ச் சேர்த்துக் கட்டுவதுதான் முக்கியம்."

"வேலை செய், கிழவனே! வேலை செய்! போர் தீர்ந்தது, புழுக்கை வேலைதான் பாக்கி" என்றவாறே ஒரு வாய்த் தண்ணீரைக் குடித்தான்.

வானையும் பார்த்தான், மீனையும் பார்த்தான். நடுப்பகல் கழிந்து விட்டது; காற்று அதிகரிக்கிறது. கயிறுகள் போனால் கவலை யில்லை. வீட்டுக்குச் சென்றதும் பையனும் நானுமாக இதைக் கூறு போடலாம்.

'வா, மீனே!' – மீன் வரவில்லை, வெறுமனே மிதந்தது; எனவே, படகை அதனிடம் செலுத்தினான்.

பக்கத்தில் வந்ததும் அதன் பருமனைப் பார்த்துத் திகைத்தான். ஈட்டிக் கயிற்றை அவிழ்த்து ஒரு மூக்கிலும் வாயிலும் கோத்துத் தாவாய் வழியாய் இழுத்து, வாலைச் சுற்றி இணைத்து மறுமூக்கில் கோத்துப் படகோடு கட்டினான். பின் கயிற்றை அறுத்து அதன் வாலைக் கட்ட அப்புறம் சென்றான். மீனின் ஊதா வெள்ளை இப்போது வெளுத்த ஊதா நிறமாய்த் தெரிந்தது; உடல் வரிகள் வாலின் மங்கிய கருநீலம் போலவே வெளிறித் தோன்றியது. விரல் விரிந்த கையகலத்திற்கு அவ்வரிகள் மின்னின. அதன் கண்கள் கண்ணாடிபோல் பளபளத்தன.

"இப்படித்தான் அதைப் பிடித்திருக்க முடியும்? வேறு வழி யில்லை" என்றான். தண்ணீர் குடித்தபின் தலைச்சுற்று நின்று விட்டது. "இது ஆயிரத்தைந்நூறு பவுண்டு எடை இருக்கும் – அதற்கு மேலும் இருக்கலாம். பவுண்டுக்கு முப்பது சதமாக?"

"இல்லை, இதைக் கணக்கிட ஒரு பென்சில் வேண்டும். என் மூளை இன்னும் அவ்வளவு தெளிவாகவில்லை. மகா ஆட்டக்கார னான டிமேக்கியோகூட இப்போது என்னைக் கண்டால் பெருமைப் படுவான் என்றுதான் நினைக்கிறேன். என்னிடம் குதிமுள்ளில்லை; ஆனாலும் என் முதுகும் கைகளும் குதிமுள்ளைக் காட்டிலும் அதிகமான வலுவாக இருக்கிறது. குதிமுள்ளென்றால் என்ன? எலும்பு முறிவா? தெரிந்தோ தெரியாமலோ, எல்லோரிடமும்தான் அது இருக்கிறது" என்றான்.

வாலையும் தலையையும் கட்டிய பின் இப்போது உடலையும் சேர்த்து இறுகக் கட்டினான். அது ஒரு பெரிய படகை ஒரு சிறிய படகோடு கட்டுவது போலிருந்தது. பின் ஜலம் புகாதபடி அதன் வாயை மூடித் தைத்தான். பாய்மரத்தை நிறுத்தி விரித்தான்; படகு கரை நோக்கி மெதுவாய்ச் சென்றது. கிழவன் சற்றுச் சாய்ந்து படுத்தான்.

தென் மேற்கு எது என்று அறிய அவனுக்கு ‘காம்பஸ்’ தேவையில்லை; பாய் விரிந்து மோதும் காற்றும், படகின் போக்கும் போதும். சிறு தூண்டிலைப் போட்டுச் சின்ன மீன்களைப் பிடித்தால் தின்னலாம்; ஈரப் பசையோடு கூடிய அவை தாகத்தையும், பசியையும் தாங்க உதவும். ஆனால், அத்தூண்டில்களில் கட்ட தூணித் துணுக்கு களில்லையே. மத்தி மீன்களும் அழுகிப் போயின. ஒரு கடல் நாணற் புதரை ஈட்டியால் எடுத்துப் படகில் போட்டு உலுக்கினான்; அதில் ஒட்டியிருந்த சின்னஞ்சிறு மீன்கள் பத்துப் பன்னிரெண்டு கீழே உதிர்ந்தன. மண்முடை ஈக்களைப் போல் அவை தத்திக் குதித்தன. தன் கை விரல்களால் அவற்றின் தலைகளைக் கிள்ளி எறிந்துவிட்டு உடல்களை உண்டான். அவை சின்னஞ்சிறு துணுக்குகளாயினும் சுவை மிகுந்தவை; சத்து நிறைந்தவை.

புட்டியில் இன்னும் இரண்டு வாய்த்தண்ணீரிருந்தது; அயிரை களைத் தின்றதும் அரைவாய் ஜலம் குடித்தான். பாரம் மிகுந்திருப் பினும் படகு சரியாகப் போய்க் கொண்டிருந்தது; அவனும் சுலப மாகவே துடுப்பு வலித்தான். இது கனவல்ல – தன் கண்ணெதிரி லிருக்கும் காலும், கையும், மீனும் படகுமே அத்தாட்சி. ஒரு சமயம், போராட்டத்தின் முடிவுக் கட்டத்தில் இதெல்லாம் கனவென்று அவன் எண்ணியதுண்டு. அந்த மீன் காற்றில் அவன் தலைக்கு மேல் மிதந்தபோது அவன் ஆச்சர்யமுற்றதுண்டு. அப்போது அவன் கண்ணொளியும் மங்கியிருந்தது. இப்போதோ அவனுக்கு யாவும் தெளிவாய் விளங்கின.

“மீன் அதோ இருக்கிறது. கைகளும் முதுகும் வலிக்கின்றன. எனவே இவையெல்லாம் கனவில்லை, உண்மையே. கைகள் சீக்கிரம் ஆறிவிடும்; தீய ரத்தம் தீர்ந்தது; உப்பு நீர் பட்டதால் காயங்கள் சரியாகிவிடும். இவ்வளைகுடாவின் நீர் போல நோய்களைத் தீர்க்கவல்ல நீர் வேறெதுவுமில்லை. நான் செய்ய வேண்டியதெல்லாம் மூளையைத் தெளிவாய் வைத்துக் கொள்வதுதான். கைகள் தங்கள் கடமையைச் செய்துவிட்டன; படகும் சரியாகவே போகிறது. படகும், பக்கத்தில் வாய் மூடி வால் தூக்கியுள்ள இந்த மீனும் சகோதரர்கள் போல் நீந்துகின்றோம்.” இந்தக் கட்டத்தில் மறுபடியும் அவனுக்குத்

தலை சுற்றியது. "நான் அதை இழுத்துச் செல்கிறேனா? அல்லது, அது என்னை இழுத்துச் செல்லுகிறதா? அது எனக்குப் பின்னால் இருந்தால் நான் இழுத்துச் செல்லுகிறேன் என்பது சரிதான்; இல்லை, தன்மானமிழந்து, பெருமை இழந்து படகுக்குள்ளிருந்தால், இந்தக் கேள்விக்கே இடமிருக்காது. இப்போதோ நானும் மீனும் சரிநிகர் சமானமாகப் பக்கம் பக்கமாய் நீந்திச் செல்கிறோம்; வேண்டுமானால் அதுவே என்னைக் கரைக்கு அழைத்துச் செல்லட்டும். பாவம்! அது எனக்கு யாதொரு கெடுதியும் செய்யவில்லை; எனக்கும் அதற்கும் வித்தியாசமென்ன – நான் அதைவிடத் தந்திரசாலி – அவ்வளவுதானே?"

படகும் மீனும் பாங்காக நீந்தின. கிழவன் கைகளை உப்பு நீரில் துவளவிட்டான். அவன் மனம் தெளிவாயிருந்தது. வானில் மேகங்கள் புரண்டு திரண்டன. வெண்பூச் சிதறியது போல் தோன்றின. எனவே, இரவு பூராவும் நல்ல காற்று வீசும். அவன் அடிக்கடி மீனைப் பார்த்துத் தான் காண்பது கனவல்ல என்று நிச்சயம் செய்து கொண்டான். இதெல்லாம் அச் சுறாமீன் வருவதற்கு ஒரு மணி நேரத்திற்கு முன்னால்தான்.

அது தெய்வாதீனமாய் வந்ததல்ல; ஒரு மைல் ஆழத்திற்குக் கரு ரத்தம் தோய்ந்து பரவியதைக் கண்டு, அந்த ரத்தக் கவிச்சை முகர்ந்து கொண்டே படகைத் தொடர்ந்து வந்தது. வெகு வேகமாக எதிர்பாராத வகையில் அது கடலைக் கிழித்துக் கொண்டு கதிரவ னொளியில் மினுமினுத்துப் பிறகு மறுபடியும் மூழ்கி மீனையும் படகையும் தொடர்ந்தது.

சில சமயம் வாடை தவறிவிடும், ஆனால், பழையபடி மோப்பம் பிடித்துத் துரத்தும். அது மிகப் பெரிய சுறா – வேகத்தில் எந்த மீனும் அதனுடன் போட்டியிட முடியாது; அதன் வாய் ஒன்றைத் தவிர மற்றவையெல்லாம் அழகானவையே. அது முதுகடல் கொம்பன் போல் நீல நிறமுடையது; அடிவயிறு முத்து வெள்ளை நிறம்; அதன் தோல் மழமழப்பானது. அதன் பெரிய வாயைத் தவிர மற்றபடி அது கடல்கொம்பனைப் போன்றதே–இப்போது அவ்வாய் இறுக மூடப்பட்டுள்ளது. அது சாயாமல் சலிக்காமல் வாள் போன்ற தன் செதில் சிறகுகளால் கடலைக் கிழித்துக் கொண்டு மின்னல்வேகத்தில் பாய்ந்தது. மூடிய அதன் இரு தாவாய் உதடுகளுக்கிடையில் அதன் எட்டு வரிசைகளான உள் வளைந்த பற்கள் நன்கு தெரிந்தன. அவை சாதாரணமான கோணிட்ட சதுரப் பற்களல்ல. நீண்டு கூராகி வளைந்து கவ்விய மனிதனது விரல்கள் போன்றவை–கிழவனது விரல்களைக் காட்டிலும் நீளமானவை–இருபுறமும் சவரக்கத்தியின்

முனைபோலக் கூரானவை. கடல் மீன் யாவற்றையும் தின்னப் பழகிய மீன் அது; அதை எதற்கும் அஞ்சாத பெரிய பெரிய மீன்களாலும் எதிர்க்க முடியாது. மோப்பமிட்டவாறே அது நீரைக் கீறிக் கொண்டு மிகமிக வேகமாக வந்தது.

அது வருவதைப் பார்த்ததும் கிழவன், இது எதற்கும் அஞ்சாத மீனாயிற்றே, இஷ்டப்படி நடந்து கொள்ளுமே என்றெல்லாம் எண்ணினான். ஈட்டியைத் தயாராய் வைத்துக்கொண்டான்; சிக்கிய மீனைக் கட்டியது போகக் கயிறு கொஞ்சமாய்த்தானிருந்தது. எனினும் என்ன செய்வது?

அவன் மனத்தில் தெளிவிருந்தது; உள்ளத்தில் உறுதி இருந்தது; ஆனால், அதை ஜெயிப்போமென்ற நம்பிக்கையில்லை. சுறா அருகில் வருமுன் ஒருமுறை தன் மீனைப் பார்த்தான், சுறாவையும் பார்த்தான்; கனவோ என்று நினைத்தான். என்னையே அது தாக்கலாம். என்னால் அதைத் தவிர்க்க முடியாது; எனினும், கடைசியில் அதை நான் பிடித்தாலும் பிடிக்கலாம். 'உன் தாய் அதிர்ஷ்டக்கட்டையே!' என்றான் சுறாவிடம்.

சுறா பக்கத்தில் வந்துவிட்டது. அதன் அகன்ற வாய் திறந்தது. அதன் அதிசயக் கண்கள் விரிந்தன; தன் மீனின் வாலை அடுத்த தசையைக் கவ்வியபோது அதன் பற்களின் நெறியும் சப்தம் கேட்டது. அதன் தலையும் முதுகும் சலசலத்தவாறே வெளிப்பட்டன. கிழவன் அதன் நெற்றித்தட்டில், கண்களுக்கிடையில், மூக்கெலும்புகள் கூடும் முனையில் தன் ஈட்டியைப் பாய்ச்சினான். அதுதான் மூளை இருக்குமிடம்; அதைத் தீர்மானமாக, ஆனால் நம்பிக்கையில்லாமல், தன் வெறுப்பெல்லாவற்றையும் சேர்த்துக் குத்தினான் கிழவன்.

சுறா மல்லாந்து புரண்டது. அதன் கண்களில் உயிர்ப்பில்லை. மறுபடியும் துள்ளிப் புரண்டு ஈட்டிக் கயிற்றின் இரு சுழல்களில் சிக்கிக் கொண்டது. அது செத்தது செத்ததுதான்; எனினும், தன் சாவை ஒப்புக்கொள்ள அது தயாராயில்லை. மல்லாந்தபடியே வாலடித்து வாய் நெறிந்து, விசைப் படகைப்போல் நீரலைத்து மிதந்தது. அதன் பின்புறம் வால் வீச்சால் நுரைக்கடல் வெளுத்தது. அதன் முக்கால் பாகம் நீருக்குமேலே தெரிந்தது; கயிறு இறுகி அறுந்தது. சிறிது நேரம் அசைவே இல்லை; அப்பால் மெதுவாய்க் கடலில் ஆழ்ந்தது.

"நாற்பது பவுண்டு இறைச்சி நஷ்டம்" என்றான் கிழவன். அத்துடன் அவன் ஈட்டியும், கயிறுகளும் பறிபோயின. இதெல்லாம்

போகட்டும். அவனது மீனின் புண்ணிலிருந்து ரத்தம் வடிகிறது; அதன் மோப்பத்தில் அதை அபகரிக்க வேறு மீன்களும் வரலாம்.

தன் மீனை – சிதைவுண்ட அதைப் பார்க்க அவனுக்கு இஷ்ட மில்லை. சுறா தாக்கியது மீனையல்ல, தன்னையே என்று எண்ணி னான்.

"என்றாலும் அதைக் கொன்று விட்டேன்; இவ்வளவு பெரிய சுறா மீனை நான் பார்த்ததேயில்லை."

எனக்கும் இவ்வளவு அதிர்ஷ்டமா? ஒருவேளை நான் மீனையே பிடிக்காமல் என் பத்திரிகை பரப்பிய படுக்கையில் படுத்துக் கொண்டு கனவு காண்கிறேனா? அதுவும் பாதகமில்லையே.

"கிழவனே! அநாவசியமாய் யோசனை செய்யாதே! கவலைப் படாமல் கரை நோக்கிச் செல்; ஆபத்து வந்தால் அப்போது பார்த்துக் கொள்ளலாம்" என்று உரக்கச் சொன்னான்.

"இல்லை, நான் யோசிக்கத்தான் வேண்டும் – யோசனையைத் தவிர என்னிடம் வேறு என்ன இருக்கிறது? யோசனை! 'பேஸ்'பால் ஆட்ட மேதை டிமேக்கியோ குறிப்பாக நான் சுறாவின் மூளைத் தானத்தை அறிந்து குத்தியதைப் பாராட்டி இருப்பான். அது ஒன்றும் பிரமாதமில்லை–யாரும் செய்யக் கூடியதே. ஆனால், குதிமுள்ளின் குத்து வலியைப்போல் கஷ்டமானதா என் கை வலி. எனக்கெப்படித் தெரியும். குதிமுள்ளை நான் கண்டதில்லையே. அன்றொரு நாள் கொடுக்கி மீன் கொட்டியதே; என் கெண்டைக்கால் மரத்துச் சகிக்க முடியாத நோவெடுத்ததே. குதிமுள் வலியும் அப்படித்தானா?"

"கிழவனே! இன்பமான எதையாவது நினை. ஒவ்வொரு கணமும் நீ கரையின் சமீபமாகச் செல்லுகிறாய்; நாற்பது பவுண்டு எடை குறைந்ததால் படகும் சுலபமாகப் போகிறது."

நீர் ஓட்டத்தில் சிக்கினால் என்னாகும் என்பது அவனுக்குத் தெரியும். ஆனால், எதுவும் செய்வதற்கில்லை.

"இல்லை. ஒன்று செய்யலாம். என்னுடைய கத்தியைத் துடுப்பின் அடிக் கட்டையில் கட்டி வைக்கலாம்" என்றான் உரக்க.

அவன் அவ்வாறே செய்தான்; கடலுழவையைக் கையில் தாங்கிப் பாய்த் துணியைக் காலடியில் மிதித்துக் கொண்டான்.

"நான் கிழவன்தான். எனினும் ஆயுதமற்றவனல்ல" என்றான்.

புதுக் காற்றடித்தது. படகும் செவ்வனே சென்றது. மீனின் தலைப் பக்கத்தைப் பார்த்தான்; சேதம் அதிகமில்லை என்று எண்ணினான்; இழந்த நம்பிக்கை மறுபடியும் தழைத்தது.

"நம்பிக்கையை இழப்பது முட்டாள்தனம் – பாவம்கூட. பாவத்தைப் பற்றி எண்ணலாகாது. பாவமில்லாமலே எத்தனையோ சிந்திப்பதற்கு இருக்கின்றனவே. தவிர, பாவம்! அது எனக்கு விளங்குவதேயில்லை.

அது விளங்குவதுமில்லை, அதில் எனக்கு நம்பிக்கையுமில்லை. அந்த மீனைக் கொன்றது பாவமாயிருக்கலாம். என் உணவுக்கும், பிற பலர் உணவுக்குமாகத்தான் அதைக் கொன்றேன் என்றாலும் அவ்வாறு கொன்றதென்னமோ பாவந்தான் என்று நினைக்கிறேன். ஆனால், எல்லாமே பாவம்தான். பாவத்தைப்பற்றி நினைப்பானேன்? அதற்காகச் சம்பளம் வாங்கும் பூசாரிகளே அதைப் பற்றி யோசிக் கட்டும். நீ செம்படவனாகப் பிறந்தாய்; அது மீனாய் இருப்பதற்கே பிறந்தது. ஸான் பெத்ரோவும், டிமேக்கியோவின் தந்தையும்கூடச் செம்படவர்களே!"

எனினும், தன்னைச் சூழ்ந்துள்ள யாவற்றையும் நினைக்கவே அவன் விரும்பினான். படிக்கப் புஸ்தகமில்லை, கேட்க ரேடியோ இல்லை; யோசிப்பதைத் தவிர வேறு வழியில்லை. எனவே, எதை எதையோ பற்றிச் சிந்தித்தான்; என்றாலும் பாவத்தைப் பற்றிய எண்ணமே மேலோங்கி நின்றது. "நீ உயிரோடிருக்கவும், மற்றவர்களின் உணவாக விற்கவும் மட்டுமே நீ அந்த மீனைப் பிடிக்கவில்லை. நீ ஒரு வலைஞன்; உன் தற்பெருமைக்காகவே அதைக் கொன்றாய். உயிரோடிருந்த போதும், இறந்த பிறகும் கூட நீ அம்மீனை அன்புடன் பாராட்டினாய். அன்பு கொண்ட ஒன்றைக் கொல்லுவது பாவமல்ல, அல்லது, பாவம்தானா?"

"கிழவனே! நீ தேவைக்கதிகமாகச் சிந்திக்கிறாய்" என்றான்.

ஆனால், சுறாவைக் கொல்லுவதில் உனக்கு எவ்வளவு ஆனந்தம்? உன்னைப் போலவே அதுவும் மற்ற மீன்களைச் சாப்பிடுகிறது.

"என்னைக் காக்கவே அதனைக் கொன்றேன். நன்றாகவும் கொன்றேன்" என்று உரக்கக் கூவினான்.

"தவிர, ஒன்று மற்றொன்றைக் கொன்றுதான் வாழ்கிறது; எல்லாமே அப்படித்தான். மீன் பிடிப்பதால் நான் உயிர் வாழ்கிறேன்; கடைசியில் இதனாலேயே சாவேன். பையனே என்னைக் காப்பாற்று கிறான். என்னைப் பற்றிப் பெருமை பீத்திக் கொண்டு ஏமாறுவதில் பயனில்லை."

படகு விளிம்பில் சாய்ந்து சுறா கடித்த இடத்திலிருந்து சிறு இறைச்சியை எடுத்து ருசி பார்த்தான். மென்று மென்று அதன் சுவையையும், குணத்தையும் அனுபவித்தான். உறுதியாய் ரசம்

நிறைந்திருந்தது. ஆனால், மிருக மாமிசம் போல் சிவப்பாயிருந்தது. அது மிகவும் நன்றாயிருந்தது; நல்ல விலைக்குப் போகும் என்பதில் சந்தேகமில்லை. ஆனால், அதன் மணத்தைத் தடுக்க வழியில்லை– எனவே, எந்தக் கணத்திலும் ஆபத்தே.

காற்று நிதானமாய் வீசியது; கொஞ்சம் வடகிழக்குப் பக்கமாகச் சாய்ந்தது. இனி அதிக தூரமில்லை என்பது அவனுக்குத் தெரியும். ஆனால், கண்ணுக்கெட்டிய வரையில் யாதொரு பாய்மரமோ, கப்பலோ, நீராவிப் புகையோ, எதுவும் தென்படவில்லை. பறக்கும் வரால் மீன்களையும், கடல் நாணல் மஞ்சள் நிறப் பாசிப் படல் களையும் தவிர வேறொன்றுமில்லை. ஒரு சின்னஞ்சிறிய சிட்டுகூடக் காணோம்.

இரண்டு மணி நேரம்; மத்தி மீனை மென்று ஓய்வெடுத்துக் கொண்டு பலம் பெற முயன்றான்; அப்போதுதான் கலானோ என்னும் புயற்சுறா மீன்கள் இரண்டில் ஒன்றைக் கண்டான்.

“எய்ய்!” என்றான். இது வார்த்தையல்ல, ஒலி. பலகையோடு பலகையாய்க் கையை ஆணி அறைந்து அடிக்கும் போது உண்டாகும் துன்பத்தின் தொனி – வார்த்தைக்கு அகப்படாத, மொழிபெயர்க்க முடியாத வருத்தம்.

“பேய்ச் சுறாவே” என்றான். ஒன்று பின் ஒன்றாய் இப்பொழுது இரண்டு சுறாக்களையும் கண்டான்; அவை அகப்பை மூக்கும், பழுப்பு நிற முக்கோணச் செதில்களும், வீச்சிட்டலையும் வாலும் கொண்ட பேய்ச் சுறாக்களே என்பதை அறிந்தான். மீன் கவிச்சின் மோப்பத்தால் அவை பரபரத்தன; பசியால் மழுங்கிய மூளை களோடு மோப்பத்தை விட்டு விட்டுப் பிடித்தன. எனினும், அருகே, அருகே வந்தன.

கிழவன் பாய்மரப் படுதாவை இழுத்துக் கட்டினான். உழுவையை உறுதியாய்ப் பொருத்தினான். கத்தி கட்டிய துடுப்பை எடுத்துக்கொண்டான். மெதுவாய்த்தான். ஏனெனில், கை வலி அதைத் தூக்க மறுத்தது. விரித்து விரித்து, மடக்கி மடக்கி விரல் களைச் சரி செய்ய முயன்றான். திடீரென வலியை அடக்கித் துடுப்பை வேகமாக அழுத்திப் பிடித்து சுறாக்களுக்காகக் காத்திருந் தான். இப்போது அவற்றின் அகன்ற அகப்பை நுனித் தலைகளையும், வெளுத்த முனையுள்ள விரிந்த பக்கச் செதில்களையும் அவன் கண்டான். அவை வெறுக்கத்தக்க, கொடிய, கடுமையான கவிச்சுடன் கூடிய, கொலை வெறி கொண்ட அந்த மீன்கள் – பசி வெறியில் படகுப் பலகையையும், துடுப்புகளையும்கூடக் கடிக்கும்; தூங்கும் ஆமையின் கால்களையும், அலப்புகளையும் கடிக்கும். மீன் கவிச்சும்,

நிணமும், கொழுப்பும் இல்லாவிடினும் மனிதர்களைக் கூடத் தாக்கும்.

"ஆ! வாருங்கள், பேய்ச்சுறாக்களே! வாருங்கள்" என்று கத்தினான்.

அவை வந்தன. அவை முந்திய மிகப் பெரிய சுறாவைப்போல் வரவில்லை. ஒன்று கண் மறைவாய்ப் படகடியில் சென்றது. மீனின் அடிப்பாகத்தைக் கவ்விக் கடிக்கலாயிற்று. ஒவ்வொரு கவ்வலின் ஆரவாரத்திலும் படகே அல்லாடியது. மற்றொன்று மஞ்சளான தன் கீற்றுக் கண்களுடன், அரை வட்டமாய்த் திறந்த அகப்பை வாயோடு முன்பே சிதைவுண்ட மீனின் பாகத்தைச் சிதைக்க முன்னேறி வந்தது. அதன் பழுப்புத் தலை மூளையின் மூட்டெலும்பு முதுகுத் தண்டைக் கூடும் கோணம் நன்கு தெரிந்தது. அதில் அவன் தன் துடுப்புக்கத்தியைப் பாய்ச்சினான்; மறுபடியும் இழுத்தெடுத்து அதன் பூனைக்கண் போன்ற மஞ்சள் விழிக்குள் செலுத்தினான். அது மீன் பிடியை விட்டுவிட்டு, கவ்விய இறைச்சியை மென்றவாறே காலனுக்கு இரையாயிற்று.

மீனின் அடிப்பாகத்தைப் பாழ்செய்யும் மற்றொரு சுறாவால் படகு அல்லாடிக்கொண்டுதானிருந்தது. படகு நகர்ந்து சுறா வெளிப்படுவதற்காகப் பாய்விரிப்பைக் கிழவன் தளர்த்தி விட்டான். சுறா வெளிப்பட்டதும் அவன் அதைத் தாக்கிக் குத்தினான்; அதனால் ஏற்பட்டது வெறும் ஊமைக் காயமே – கத்தி அதன் கடினமான தோலில்பட்டுத் திரும்பியது. அக்குத்தால் கிழவனது தோளும் கையும் சுறீரென்று வலி எடுத்தன. ஆனால், அச்சுறா தன் தலையைத் தூக்கியவாறு வேகமாக வந்தது – தட்டையான அதன் தலைமுகட்டில் கத்தி பாய்ந்தது – அதன் மூக்கு மீன் மேலிருந்தது. மறுபடியும் அதே இடத்தில் தாக்கினான் கிழவன். அப்போதும் அது மீனைக் கவ்வியபடியே நீந்தியது. அதன் இடக் கண்ணில் கத்தியைச் செலுத்தினான் – பயனில்லை.

"இல்லை" என்றவாறே அதன் மூளை மூட்டில் கத்தியைச் செலுத்தினான். கத்தி சுலபமாய் உள்ளே சென்றது. குருத்தெலும்புகள் நெறிவது தெரிந்தது. உடனே கத்தியை உருவி மீன் தசை மேல் இறுக மூடியிருந்த அதன் வாய் திறக்கும்படியாய் இரு தாடைகளுக் கிடையிலும் செலுத்தி முறுக்கிக் குடைந்தான். அதன் பிடி தளர்ந்து நழுவியது.

"போ! பேய்ச்சுறாவே போ! ஒரு மைல் ஆழத்திற்கு அடியில் போ! அங்கு போய் உன் நண்பனை, இல்லை, உன் தாயோ என்னமோ? போய்ப் பார்" என்றான்.

உடனே கத்தியைத் துடைத்துவிட்டுத் துடுப்பைக் கீழே வைத்தான். பாய் விரித்துக் கட்டினான். படகு தன் வழியே சென்றது.

"அவை மீனின் உயர்ந்த தசையில் கால் பாகத்தையாவது சாப்பிட்டிருக்கும். இந்த மீன் பிடித்ததே கனவாயிருந்தால் பரவா யில்லை. மீனே! எனக்கும் வருத்தமாய்த்தானிருக்கிறது. எல்லாமே தவறிப் போகின்றன" என்றான். மீனைப் பார்க்க அவன் இஷ்டப்பட வில்லை. தசையிழந்து, குருதியிழந்து, கண்ணாடி முலாம் நிறமாகத் தோன்றிய அதன் முதுகின் பட்டைகள் இன்னும் தெளிவாய்த் தெரிந்தன.

"மீனே! எனக்காகவும் சரி, உனக்காகவும் சரி, நான் கடலில் அவ்வளவு தூரம் போயிருக்கக்கூடாது. நான் ரொம்பவும் வருந்து கிறேன்" என்றான்.

"இப்போது, கத்தியின் இணைப்புச் சரியாயிருக்கிறதா பார். உன் கைகளை அலம்பிச் சரி செய்துகொள் – ஏனெனில், இனியும் ஆபத்துகள் வரலாம்" என்று தனக்குத் தானே யோசித்தான்.

"கத்திக்குப் பதில் கல்லிருந்தால் நன்றாய் இருக்கும். நான் ஒரு கல்லைக் கொண்டு வந்திருக்க வேண்டும்" என்று கத்தியின் கட்டைப் பரிசோதித்தவாறே கூறினான். 'கல் மட்டுமா? இன்னும் எவ்வளவோ கொண்டு வந்திருக்க வேண்டும்; ஆனால், கொண்டு வரவில்லையே. இல்லாததை எண்ணி ஏங்காதே. இருப்பதைக் கொண்டு என்ன செய்யலாம் என்று யோசி' என்றெல்லாம் எண்ணமிட்டான்.

"என் யோசனை நல்லதுதான்; ஆனால், யோசித்து யோசித்து நான் களைத்துவிட்டேன்" என்றான்.

துடுப்பின் உழுவையைக் கக்கத்தில் வைத்துக்கொண்டு கடல் நீரில் கைகளைக் கழுவினான். படகு முன்னோக்கிச் சென்றது.

"மீனில் எவ்வளவு போய் விட்டதோ, கடவுளுக்குத்தான் வெளிச்சம். படகு இப்போது லேசாகி விட்டது" என்றான். மீனின் பாழான அடிப்பாகத்தைப்பற்றி அவன் நினைக்க விரும்பவில்லை. சுறாவின் ஒவ்வொரு துள்ளலும் மீன் தசையின் ஒவ்வொரு துண்டின் நஷ்டத்தையே குறித்தது. அதன் அடிப்பாகம் இப்போது கடலிலுள்ள சுறாக்கள் அத்தனையும் புகக்கூடிய ராஜபாட்டையாகிவிட்டது.

மாரிக்கால முழுமைக்கும் ஒரு மனிதனுக்கு உணவாகக்கூடிய அவ்வளவு பெரிய மீன் அது. அதைப் பற்றியெல்லாம் நினைக்காதே. இப்போது ஓய்வெடுத்துக் கொண்டு மீதமுள்ள மீனைக் காப்பாற்றத் தயாராயிரு. என் கை அறுப்புகளின் ரத்தம் ஒன்றும் பிரமாதமில்லை. நீரில் இம்மீனின் கவிச்சே பெரிது. தவிர, அப்படி ஒன்றும் ரத்தம்

வடியவில்லை; இந்தக் காயங்கள் பெரிதில்லை. இதனால் என் இடக்கை மரத்துப் போகாது.

வேறெதைப் பற்றி நான் யோசிப்பது. ஒன்றுமில்லை; நான் ஒன்றைப் பற்றியும் எண்ணாமல் மற்ற தாக்குதல்களிலிருந்து காக்க வேண்டும். இதெல்லாம் கனவாயிருந்தால்? யாருக்குத் தெரியும், எது எப்படியாகுமென்று.

அடுத்தபடி வந்த சுறாவும் அகப்பை வாய்ச் சுறாவே. ஒருவன் தலை நுழையத்தக்க அகன்ற வாயை உடைய பன்றிபோல் அது வந்தது. மீனை ஒரு கடி கடிக்க விட்டுவிட்டுக் கிழவன் கத்தியை அதன் மூளையில் பாய்ச்சினான். மீன் பின் நகர்ந்து புரண்டது. கத்தியின் அலகும் முறிந்தது.

கிழவன் ஓய்ந்து போய்ப் படகு வலிக்கலானான். அந்தப் பெரிய சுறா கடலில் முழுகுவதைக்கூட அவன் கவனிக்கவில்லை– பெரிய மீன் ஒன்று முழுக முழுகப் பெரிதாய், சிறிதாய், துண்டாய், துணுக்காய், துளியாய் மறைவதைக் காண்பதில் அவனுக்கு ஆசை அதிகமே. ஆனால், இப்போது அவன் கவனிக்கவில்லை. "இப்போது என்னிடம் தடியும், கதையும், துடுப்புகளுமே உள்ளன. இவையால் அதிகம் பயனில்லை" என்றான்.

"அவை என்னை வென்றுவிட்டன; கதையால் சுறாக்களை அடித்துக் கொல்லக் கிழவனாகிய என்னால் முடியாது. எனினும், இவற்றைக் கொண்டே கடைசி வரையில் என் முயற்சியைக் கைவிட மாட்டேன்" என்று எண்ணமிட்டான்.

தன் கைகளை மறுபடியும் தண்ணீரில் தோய்த்தான். மாலை வெகு நேரமாய் விட்டது; கடலையும் வானையும் தவிர வேறொன்றும் காணவில்லை; வானில் காற்று நிரம்பியது; சீக்கிரமே கரை காண லாம் என்று கருதினான் கிழவன்.

"கிழவனே! நீ அயர்ந்துவிட்டாய். உன் உள்ளம் ஓய்ந்து விட்டது" என்றான்.

அஸ்தமனம் ஆகும் வரையில் ஒரு சுறாவும் அவனைத் தாக்க வில்லை.

பழுப்புநிறச் செதில்களை விரித்தவாறு இரு சுறா மீன்கள் நேராகப் படகை நோக்கி வேகமாய் வந்தன.

பாயிழுத்து விரித்துச் சரி செய்து விட்டுக் கிழவன் கதையை எடுத்துக் கொண்டான். அதன் நீளம் இரண்டரை அடி இருக்கும். ஒடிந்த ஒரு துடுப்பைச் செதுக்கிச் செய்யப்பட்டது. அதன் கைப்பிடிக்

கொக்கிக்குள் ஒரு கைதான் நுழைய முடியும். எனவே, வலக்கையால் அதை வன்மையாகப் பற்றிக்கொண்டு அவ்விரு பேய்ச்சுறாக்களையும் தாக்கத் தயாரானான்.

முதல் சுறா மீனைக் கவ்வும் போது அதன் மூக்கையோ, தலை முகட்டையோ தாக்க எண்ணினான்.

இரு சுறாக்களும் நெருங்கின; ஒன்று மீனின் வெண் தசையைக் கவ்வியது; கதையால் அதன் அகன்ற தலையில் அடித்தான். இறுகிய ரப்பர் போன்றிருந்தது அதன் தலை; அத்துடன் கடினமான அதன் எலும்புகளும் தடைப்பட்டன. மறுபடியும் அதே இடத்தில் அடித்தான். மீனை விட்டுவிட்டு அச்சுறா கடலில் ஆழ்ந்தது.

மற்றொரு சுறா முன்னும் பின்னுமாக ஊசலாடியது; இப்போது திறந்த வாயோடு பாய்ந்தது. அதன் கடைவாயில் மீனின் வெண் தசை நார்கள் தொங்கின; கதையால் அடித்து அதன் வாயை மூடினான் கிழவன். மறுபடியும் கதையை அதன் தலை மேல் வீசினான்; அதுவும் இவனைப் பார்த்தது; வாயிலிருந்த இறைச்சி நழுவியது. திரும்பவும் தலையிலடித்தான் – அது நகர்ந்தது.

"வா! பேய் மீனே! வா!" என்றான்.

அதுவும் பாய்ந்து வந்தது – தாவாய் மூடும் சமயம் கிழவன் அதன் தலையில் தாக்கினான். விசை கொண்டு தாக்கினான். மூளை மூட்டு நொறுங்கத் தாக்கினான். பின்னும் தாக்கினான். தசையைப் பிய்த்துக் கொண்டு அது தண்ணீருக்குள் நழுவியது.

அவை திரும்பவும் வருமோ என்று கவனித்தான். அவை திரும்பவில்லை; ஒன்று மட்டும் நீர்மட்டத்தில் வட்டமிட்டுச் சுழன்றது; மற்றதைக் காணவே காணோம்.

"அவற்றைக் கொல்ல முடியுமென்று எனக்கு நம்பிக்கையில்லை; அந்தக் காலமாயிருந்தால் அது சாத்தியமானதே. ஆனால், இரண்டையும் உபயோகமில்லாமல் செய்துவிட்டேன். இரு கையாலும் பற்றக்கூடிய மட்டை இருந்தால் இப்போது கூட அவற்றில் ஒன்றை யாவது கொன்றிருப்பேன்."

மீனைப் பார்க்க அவன் விரும்பவில்லை; அதன் உடல் பாதிக்கு மேல் போய்விட்டதென்று அவனுக்குத் தெரியும். இந்தப் போராட்டத்தின் போது சூரியன் மறையலாயிற்று.

"இனி இருட்டிவிடும். புதிய கரையின் விளக்குகள் தெரியும்."

"இப்போது கரையை விட்டு அதிக தூரம் விலகி இருக்க மாட்டேன். என்னைப் பற்றி யாரும் கவலைப்படமாட்டார்கள்.

 நற்றிணை பதிப்பகம்

பையன்தான் கவலைப்படுவான்; இல்லை, என்னிடம் அவனுக்கு நம்பிக்கை உண்டு. பழஞ் செம்படவர்கள் சிலர் கவலைப்படுவார்கள். பிறரும் கவலைப்படலாம். என் ஊர் நல்ல ஊராச்சே."

அவனால் மீனுடன் கூடப் பேச முடியவில்லை. அது அவ்வளவு கெட்டுவிட்டது. அப்போது அவனுக்கு ஒரு ஞாபகம் வந்தது.

"பாதி மீன்; மீனாக இருந்தாய் நீ. நான் அவ்வளவு தூரம் போனதற்காக வருந்துகிறேன். அதனால் இருவரும் கெட்டு விட்டோம். இருந்தாலும் பல சுறாக்களை நீயும் நானுமாய்க் கொன்றுவிட்டோம். மற்றதைப் பயனற்றவை ஆக்கிவிட்டோம். நீயாக எத்தனைச் சுறாமீன்களைக் கொன்றிருக்கிறாய்? கொண்டையில் கத்தி கட்டியிருக்கிறாயே, அது சும்மாவா?" என்றான்.

"மீன் மட்டும் உயிருடன் இருந்தால் ஒரு சுறாமீனைக்கூடச் சும்மா விட்டிராது. அதன் கொண்டையை அறுத்து அதன் கூர்நுனியால் சுறாக்களைக் குத்தி இருக்கவேண்டும்; ஆனால், அறுக்கவோ பிளக்கவோ, கத்தியோ கோடரியோ எதுவும்தான் என்னிடமில்லையே?"

"ஆனால், அவை மட்டும் என்னிடமிருந்தால், துடுப்பில் இக்கொண்டையைக் கட்டி ஆயுதமாக உபயோகித்திருந்தால் எவ்வளவு நன்றாயிருந்திருக்கும்? அப்போது இருவருமாகச் சுறாக்களை விரட்டியிருக்கலாம். இரவில், அவை மறுபடியும் வந்தால் நீ என்ன செய்யப் போகிறாய்? என்ன செய்ய முடியும்?"

'சாகும் வரையில் சண்டை இடுவேன்' என்றான்.

இருட்டில், ஒளியற்ற ஓய்வில், விளக்கற்ற வெறுமையில், வெறும் காற்றின் அசைவில், படகின் மிதப்பில் தான் உண்மையில் செத்தவன் தானோ என்று நினைத்தான். தன் இரு கைகளையும் உரைத்துக் கொண்டான். அவை தூங்கவில்லை; விரல்களை மூடித் திறப்பதிலேயே உயிர்ப்பின் வலியை உணர்ந்தான். பலகையில் சாய்ந்தான்; பலகையிற்பட்ட தோள்கள் அவன் சாகவில்லை என்பதற்கு சாட்சி கூறின.

மீனைப் பிடித்தால் செலுத்துவதாகச் சொன்ன பிரார்த்தனைகளை இப்போது சொல்லியாக வேண்டும்; எனினும், சோர்வு அதிகமாயிருக்கிறது. சாக்கைத் தோளில் போர்த்திக்கொள்ள வேண்டும்.

படகின் முன்புறம் படுத்தவாறே வானம் வெளுப்பதை எதிர்பார்த்தான். "மீனில் பாதி இருக்கிறது. இந்தப் பாதியையாவது காப்பாற்ற எனக்கு அதிர்ஷ்டமுண்டா? எனக்கும் கொஞ்சமாவது அதிர்ஷ்டம் இருக்காதா? இல்லை. கடலில் வெகுதூரம் போனபோதே

கொஞ்ச நஞ்சமிருந்த அதிர்ஷ்டத்தையும் நீதான் கொன்றுவிட்டாயே" என்று எண்ணினான்.

"முட்டாளாகாதே! தூங்காமல் படகைச் செலுத்து; இனியும் உனக்கு அதிர்ஷ்டம் வரலாம்" என்றான்.

"எங்கு விற்கிறதென்று தெரிந்தால் கொஞ்சம் அதிர்ஷ்டத்தை விலைக்கு வாங்கத் தயார்" என மறுபடியும் கூறினான்.

"எந்த விலை கொடுத்து அதை வாங்குவது? இழந்த ஈட்டி, உடைந்த கத்தி, காயமுற்ற கைகள் இவைகளைக் கொடுத்தா?"

"வாங்கலாம். எண்பத்து நாலு நாட்கள் கடல் வாசத்தால் அதை வாங்க நினைத்தாய். அநேகமாய் அது உன் கைக்கும் கிட்டியதே."

"இதென்ன அசட்டு யோசனை? அதிர்ஷ்டம் பல ரூபங்களில் வரும்; அதை யாரால் அறிய முடியும்? எப்படி வந்தாலும் நான் கொஞ்சம் விலைக்கு வாங்கத் தயாராயிருக்கிறேன். கரை ஓர விளக்குகள் தென்பட வேண்டுமென்றுதான் இப்போது விரும்பு கிறேன். நான் என்னெல்லாமோதான் விரும்புகிறேன். ஆனால், இப்போது என் விருப்பம் அது ஒன்றுதான்." துடுப்பு வலிக்கச் சௌகரியமான முறையில் சாய்ந்துகொள்ள அவன் முயன்றான்; உடல் வலியால் தான் சாகவில்லை என்பதை உணர்ந்தான்.

இரவு பத்து மணி இருக்கலாம்; அவன் ஊர் விளக்குகள் தண்ணீரில் பிரதிபலிப்பது தெரிந்தது. சந்திரோதயத்துக்கு முன்னுள்ள மங்கலான ஒளி போல் அவை முதலில் தோன்றின; பின் நேரான நிலையான வெளிச்சமாய்த் தெரிந்தது; அவ்வொளி வட்டத்தில் புகுந்தால் சீக்கிரம் கரை சேரலாம் என்று நினைத்தான்.

எல்லாம் தீர்ந்தது. இனியும் சுறாக்கள் வரலாம்; வந்தால் இருட்டில் ஆயுதமில்லாமல் ஒருவன் என்ன செய்ய முடியும்?

குளிரால் உடல் விரைத்தது, வலித்தது; காயம் பட்ட இடமெல் லாம் கடுத்தது. 'மறுபடியும் போராடவேண்டி வராது என்று நம்புகிறேன் – என் நம்பிக்கை பலிக்க வேண்டும்.'

நடுநிசியில் அவை வந்தன. அவனும் போராடினான். போராடுவதில் பயனில்லை என்பது அவனுக்குத் தெரியும். அவை கூட்டமாக வந்தன – நீரில் அவற்றின் செதில் வரிகளையும், மீன் மேற்பாய்ந்த போது தெரிந்த தீ முருகல் மினுக்கையுமே அவனால் காண முடிந்தது. தெரிந்த தலைகளையெல்லாம் அவன் கதையால் தாக்கினான். அவற்றின் வாய்கள் நெறிவதைக் கேட்டான். படகு அல்லாடியது. தன் உணர்ச்சியையும், ஒலியையுமே துணையாகக்

நற்றிணை பதிப்பகம் ● 73

கொண்டு தாறுமாறாய்க் கதையை வீசினான். கதையை ஏதோ கவ்வியது; கை நழுவிப் போய்விட்டது.

உடனே துடுப்புழுவையைச் சுக்கானிலிருந்து பிடுங்கி இரு கையாலும் பற்றிக்கொண்டு திரும்பத் திரும்பத் தாக்கினான். எனினும், அவை கூட்டமாகப் படகையே தாக்கலாயின; மீனின் பெரும் பகுதியைத் தின்றுவிட்டன; அவ்விறைச்சியின் மினுமினுப்புக் கடலாழத்தில் வெகு தூரம் வரையில் தெரிந்தன. அவை மேலும் மேலும் வந்தன.

ஒன்று மீனின் தலையையே கடிக்க வந்தது; அதுவும் தீர்ந்தது என்று எண்ணினான் அவன். தலையைக் கவ்வித் தடுமாறிய அதன் தலைமேல் பலமுறை அடித்தான். உழுவை உடைந்தது; உடனே அதன் அடிக்கட்டையோடு மீன்மேல் பாய்ந்தான். அதன் குத்து உள்ளே சென்றதை உணர்ந்தான்; மறுபடியும் அதைச் சுறாவின் வாய்க்குள் செலுத்தினான். மீனை விட்டுவிட்டுச் சுறா அப்பால் புரண்டது. அன்று வந்த சுறாக்களில் அதுதான் கடைசி – அவை உண்ண, மீனில் இனி இறைச்சி கிடையாது.

கிழவனுக்கு மூச்சுத் திணறியது; வாயில் செம்புக் களிம்பு போன்ற அருசி தட்டியது. மேனி விடைத்து, வியர்வை கொட்டியது – அவன் பயந்தே போனான். ஆனால், விடைப்பும் வியர்வையும் அதிகமில்லாமல் அடங்கிவிட்டன.

கடலில் காறி உமிழ்ந்தான். "பேய் மீன்களே! அதைத் தின்றுவிட்டு ஒரு மனிதனைக் கொன்றுவிட்டதாகக் கனவு காணுங்கள்" என்றான்.

இப்போது தன் தோல்வி முழுமையானது என்று அவனுக்குத் தெரியும் – தன் தோல்விக்கு மாற்றுக் கிடையாதென்பதும் தெரியும். ஒடிந்த உழுவையைச் சுங்கான் துளையில் பொருத்தினான். சாக்கைத் தோளில் போட்டுக்கொண்டு படகைச் சரியான பாதையில் போக விட்டான். படகு மெதுவாய்ப் போனது. அவனுக்கு இப்போது யாதொரு விதமான எண்ணமோ, உணர்ச்சியோ எதுவுமில்லை. அவை தீர்ந்துபோயின; இப்போது கரை ஏறுவதுதான் முக்கியம்– அதைச் சரியானபடி செய்வதில் மட்டுமே தன் அறிவைச் செலுத்தினான். இரவில் சுறாக்கள் மீன் கூட்டைத் தாக்கிக் கழிந்த எச்சல் துணுக்குகளைத் தின்பதுபோல் ஒட்டியிருந்த தசைகளைத் தின்றன. அவற்றை அவன் கவனிக்கவில்லை–படகோட்டுவதிலேயே கண்ணுங் கருத்துமாயிருந்தான். பக்கத்தில் கனமில்லாததால் படகும் சுலபமாய் நகர்ந்து மிதந்தது.

“என் படகு நல்ல படகு. துடுப்புடைந்ததைத் தவிர யாதொரு சேதமும் ஏற்படவில்லை; வேறொரு துடுப்பு வாங்குவது கஷ்ட மில்லை.”

இப்போது நீரோட்டத்திற்குள் வந்துவிட்டதை அவன் உணர்ந்தான்; கரை ஓர ஊர்களின் விளக்குகள் நன்கு தெரியலாயின. இனிப் பயமில்லை. சீக்கிரம் வீட்டுக்குத் திரும்பலாம்.

காற்று நம் நண்பனே – சில சமயங்களில் கடலும்கூடத்தான். பல நண்பர்களும் பகைவர்களும் இருந்தாலும், படுக்கை – ஆம், படுக்கையே என் நண்பன். வெறும் படுக்கை, அவ்வளவுதான்; படுக்கை மிகமிகப் பெரிய நண்பன்; அதுவும் தோல்வியுற்றவனுக்கு அடைக்கலம் படுக்கையே. தோல்வியா? யாரிடம், எதற்கு நீ தோற்றாய்?

“ஒன்றுமில்லை. நான் கடலில் அவ்வளவு தூரம் சென்றது தவறு” என்றான்.

அச்சிறிய துறைக்குள் அவன் நுழைந்தபோது மாடி ஹோட்டல் விளக்குகள்கூட அணைந்திருந்தன–எல்லோரும் தூங்கியிருப்பர். காற்றின் வேகம் அதிகரித்தது. ஆனால், துறைமுகம் அமைதியா யிருந்தது; பாறைகளுக்கடியில் இருந்த சிறிய பருக்கை மணற் கரையில் படகைச் செலுத்தினான். உதவி செய்ய ஒருவரும் இல்லாததால், தானே படகை இழுத்து, ஒரு பாறைக் கல்லில் கட்டினான்.

பாய் மரத்தை எடுத்துப் பாயைச் சுருட்டித் தோளிற் தாங்கிய வனாய் கரை மேட்டின்மேல் ஏறிச் சென்றான். அப்போதுதான் தன் சோர்வின் முழுமையை அவனால் உணர முடிந்தது. இடையில் கொஞ்சம் நின்று பின்நோக்கினான். படகின் முன்புறம் தூக்கிய வாலோடு அம்மீன் கூடு வீதி விளக்கின் வெளிச்சத்தில் நன்கு தெரிந்தது; அதன் வெளுத்து நீண்ட முதுகெலும்பையும், சரிய குத்தீட்டிக் கொண்டைத் தலையையும், இடையிலுள்ள வெறுமை யையும் கண்டான்.

மறுபடியும் மேலேறி நடந்தான். கரை உச்சியில் தள்ளாடி விழுந்தான்; அவன் தோளின் குறுக்கே பாய் மரம் கிடந்தது. எழுந் திருக்க முயன்றான்; முடியவில்லை. அங்கு அமர்ந்தவாறே அடுத்துள்ள ரோட்டைப் பார்த்தான். பூனை ஒன்று அவ்வழியாக ஓடியது–அதைக் கவனித்தான். நெடுநேரம் பாதையையே பார்த்துக் கொண்டிருந்தான்.

கடைசியில் பாய்மரத்தைக் கீழே போட்டுவிட்டு எழுந்து நின்றான்; மறுபடியும் பாய்மரத்தை எடுத்துத் தோளில் சாத்திக்

கொண்டு பாதை வழியே நடந்தான். அவன் தன் குடிசையை அடையும் முன் ஐந்து முறை தங்கித் தங்கி இளைப்பாற வேண்டி யிருந்தது.

உள்ளே சென்றதும் பாய்க் கம்பத்தைச் சுவரில் சாத்தினான். அந்த இருட்டிலேயே தண்ணீர் புட்டியைக் கண்டுபிடித்துக் குடித்தான். அப்புறம் படுக்கையில் படுத்தான்; போர்வையை இழுத்துத் தோளையும், முதுகையும், காலையும் சுற்றிப் போர்த்துக்கொண்டு தூங்கினான். பத்திரிகைத் தலையணையில் முகம் புதைத்து உள்ளங்கை மேலே தெரியக் கைகளை நீட்டியவாறே உறங்கினான்.

மறுநாள் காலை பையன் வந்தபொழுதும் அவன் தூங்கிக் கொண்டுதானிருந்தான். காற்று கடுமையாக வீசியதால் அன்று படகுகள் கடல்மேல் போகாது. ஒவ்வொரு நாளும் போலவே பையன் குடிசைக்குள் வந்தான். கிழவன் மூச்சு விடுகிறானா என்று பார்த் தான்; அப்புறம் கையிலுள்ள காயங்களைக் கண்டான். அவனுக்கு அழுகையே வந்துவிட்டது; மௌனமாய் வெளிப்பட்டான் கிழவனுக்குக் காப்பி கொண்டுவர. பாவம்; வழியெல்லாம் அழுது கொண்டே போனான்.

கிழவனது படகைச் சுற்றிப் பல செம்படவர்கள் கூடி நின்றனர். ஒருவன் தன் கால்சட்டையை மடித்து தூக்கிவிட்டுக் கடல் நீரிலிறங்கி அம்மீன் கூட்டை அளந்து பார்த்தான்.

பையன் கீழே போகவில்லை. அவன் முன்பே படகைப் பார்த்து விட்டான்; அதைக் கவனித்துக்கொள்ள ஒரு ஆளையும் வைத் திருந்தான்.

“எப்படி இருக்கிறான்?” என்றான் வலைஞன்.

“தூங்குகிறான்; யாரும் அவனைத் தொந்தரவு செய்ய வேண் டாம்” என்றான். அவன் அழுவதை மற்றவர்கள் கவனிப்பதைப் பற்றி அவன் கவலைப்படவில்லை.

“தலைமுதல் வால்வரை பதினெட்டடி” என்றான் மீனை அளப்பவன்.

“இருக்கும்” என்றான் பையன்.

மாடி ஹோட்டலுக்குச் சென்று பையன் காப்பி கேட்டான்.

“பாலும் சக்கரையும் நெறையப் போட்டுச் சூடாகத் தா” என்றான்.

“வேறு ஏதாவது வேண்டுமா?”

“வேண்டாம், பிறகு என்ன சாப்பிடுவானோ பார்க்கலாம்.”

"அடேயப்பா! எவ்வளவு பெரிய மீன்! இதைப் போலப் பார்த்ததேயில்லை. நேற்று நீ பிடித்து வந்த மீன்களும் பெரியவையே" என்றான் ஹோட்டல் முதலாளி.

"என் மீன் கிடக்கட்டும்." பையன் அழ ஆரம்பித்துவிட்டான்.

"உனக்குக் குடிக்க ஏதாவது...?"

"வேண்டாம். சாண்டியாகோவை யாரும் தொந்தரவு செய்யக் கூடாது நான் மறுபடியும் வருகிறேன்" என்றான் பையன்.

"என் வருத்தத்தைக் கிழவனிடம் சொல்லு."

"ஆகட்டும், வந்தனம். வருகிறேன்" என்றான் பையன்.

சூடான காப்பியுடன் குடிசைக்குச் சென்று கிழவன் விழிக்கும் வரையில் பக்கத்தில் உட்கார்ந்து பையன் காத்துக் கொண்டி ருந்தான். ஒரு முறை, கிழவன் விழித்துக்கொள்வானென்று தோன்றி யது. ஆனால், அடுத்த கணமே அவன் நித்திரையிலாழ்ந்தான். பையன் ஆறின காப்பியைச் சுடவைக்க விறகு பெற வீதியைத் தாண்டிச் சென்றான்.

கடைசியில் கிழவன் விழித்தான்.

"எழுந்திருக்காதே. முதலில் இதைக் குடி" என்று பையன் காப்பியை ஒரு கண்ணாடி டம்ளரில் ஊற்றிக் கிழவனிடம் கொடுத் தான்.

கிழவனும் வாங்கிக் குடித்தான்,

"மனோலின்! அவை என்னை முறியடித்து விட்டன! உண்மை யாகவே நான் தோற்றே போனேன்" என்றான் கிழவன்.

"அது, அந்த மீன் உன்னைத் தோற்கடிக்கவில்லை."

"இல்லை, அது அப்புறந்தான் ஏற்பட்டது."

"பெட்ரிகோ உன் படகைக் காவல் காக்கிறான். மீன்தலையை என்ன செய்வது?"

"பெட்ரிகோ, தலையைச் சீவித் தூண்டில் கண்ணிகளாக உபயோகித்துக் கொள்ளட்டும்."

"ஈட்டி?"

"வேண்டுமானால் நீயே வைத்துக்கொள்."

"எனக்கு வேண்டும்; இல்லை, நாமிருவரும் நம் எதிர்காலத்தைப் பற்றித் திட்டங்கள் போடவேண்டும்" என்றான் பையன்.

“என்னைத் தேடினார்களா?”

“தேடாமல்...! கரைக் காவலர்களும், ஆகாய விமானங்களும் உன்னைத் தேடத்தான் தேடின.”

“கடலோ பெரிது. படகோ சிறிது. அதைக் காண்பது கஷ்டந் தான்” என்றான் கிழவன். தன்னந்தனியாய்க் கடலோடு பேசுவதைக் காட்டிலும் பையனோடு பேசுவது எவ்வளவு இன்பமானது என்பதை அவன் உணர்ந்தான். “நீ இல்லாதது எனக்கு மிகவும் வருத்தம். நீ என்ன பிடித்தாய்?” என்றான்.

“முதல்நாள் ஒரு மீன், இரண்டாம் நாள் ஒன்று; மூன்றாம் நாள் இரண்டு.”

“பேஷ்!”

“இனி நாம் சேர்ந்தே மீன் பிடிப்போம்.”

“வேண்டாம், நான் அதிர்ஷ்டமில்லாதவன்; இனியும் எனக்கு அதிர்ஷ்டம் வராது.”

“அதிர்ஷ்டம் நாசமாய்ப் போகட்டும். என்னுடன் நான் அதிர்ஷ்டத்தையும் கொண்டு வருவேன்.”

“உன் அப்பா ஒப்புக்கொள்வாரா?”

“அதைப் பற்றி எனக்கு அக்கறையில்லை. நேற்று நான் இரண்டு மீன்களைப் பிடித்தேன். இன்னும் எத்தனையோ நான் கற்றுக்கொள்ள வேண்டி இருக்கிறது. எனவே, இனி இருவரும் சேர்ந்தே மீன் பிடிக்க வேண்டும்.”

“நாம் ஒரு பெரிய ஈட்டி வாங்கி எப்போதும் படகில் தயாராய் வைத்திருக்க வேண்டும். பழைய மோட்டார் வண்டியின் விசை விசிறி ஒன்றிலிருந்து அதைச் செய்யலாம். குவானகோவில் அதைக் கூராக்கலாம். உடையாதபடி அதைச் சாணை பிடிக்க வேண்டும். என் கத்தி உடைந்துவிட்டது.”

“வேறு கத்தி வாங்கிக் கொள்ளலாம், ஈட்டியும் தயார் செய்யலாம். இந்தக் காற்று இன்னும் எத்தனை நாளைக்கு இப்படியே இருக்கும்?”

“மூன்று நாள் – அதற்கு மேலும்கூட இப்படியே இருக்கலாம்.”

“நான் எல்லாவற்றையும் தயார் செய்து வைக்கிறேன். நீ உன் கையைக் கவனித்துக்கொள்” என்றான் பையன்.

“அவற்றைக் கவனித்துக்கொள்ள எனக்குத் தெரியும். நேற்றிரவு ரத்தம் கக்கினேன். என் மார்பகத்தில் ஏதோ உடைந்துவிட்டது போல் தோன்றியது.”

"அதையும் சரி செய்துகொள். படுத்துத் தூங்கு. உன் சலவை யான சட்டையையும், சாப்பாட்டையும் கொண்டு வருகிறேன். நன்றாய்த் தூங்கு" என்றான் பையன்.

"நான் போயிருந்த சமயத்தில் வந்த பத்திரிகைகளைக் கொண்டு வருகிறாயா?" என்றான் கிழவன்.

"நீ சீக்கிரம் சுகமடைய வேண்டும். நான் தெரிந்து கொள்ள வேண்டியது அதிகம். நீயும் யாவற்றையும் சொல்லித் தருவாய். நேற்று ரொம்பவும் கஷ்டப்பட்டாயா?"

"ரொம்ப ரொம்ப" என்றான் கிழவன்.

"நன்றாகத் தூங்கி இளைப்பாறு. உணவும், பத்திரிகைகளும், கைக் காயத்திற்கு மருந்தும் வாங்கி வருகிறேன்."

"பெட்ரிகோவிடம் மீன் தலை அவனுடையதே என்று சொல்ல மறந்துவிடாதே."

"இல்லை, மறக்கமாட்டேன்."

கதவைத் திறந்துகொண்டு பையன் வெளியே சென்றான். பவளக்கல் பாறைப் பாங்கான பாதை வழியே போகும்போது அவனுக்கு மறுபடியும் அழுகை வந்துவிட்டது – அழுதான்.

அன்று மாலை, மாடி ஹோட்டலில், பல யாத்திரீகர்கள் கூடி இருந்தனர். அவர்களில் ஒருத்தி துறைமுகத்தில், வீசும்காற்றில், எழும்பி விழும் கடலின் ஏற்றத்தில், அலைகளின் ஆட்டத்தில் நீண்டதோர் முதுகெலும்பும், நெட்டு நிமிர்ந்த கையும் ஒரு வாலும் இருப்பதைக் கண்டாள்.

"அது என்ன?" என்று பக்கத்திலிருந்த ஒரு பணியாளனைக் கேட்டாள், முதுகெலும்பைக் காட்டியவாறே. அது அப்போது கடலோடு கலக்கக் காத்திருக்கும் வெறும் வெத்தெலும்புக் கூடுதான்.

"சுறா மீச்சுறா என்றும் சொல்லுவார்கள்." அவன் நடந்ததைக் கூறவே விரும்பினான்.

"சுறாக்களுக்கு இவ்வளவு சொகுசான வாலுண்டென்று எனக்குத் தெரியாதே."

"எனக்கும் தெரியாது" என்றான் அவளோடிருப்பவன்.

பாதைக்கப்பால், தன் குடிசையில் கிழவன் மீண்டும் தூக்கத்தில் ஆழ்ந்திருந்தான். பக்கத்தில் பையன் அவனைக் கண்காணித்தவாறே உட்கார்ந்திருந்தான். கிழவனது தூக்கம் சிங்கங்களைப் பற்றிய கனவுகளால் நிரம்பி இருந்தது.

✳

நற்றிணை பதிப்பகம் ● 79